आपले सण
आपली संस्कृती

वर्षा गजेंद्रगडकर

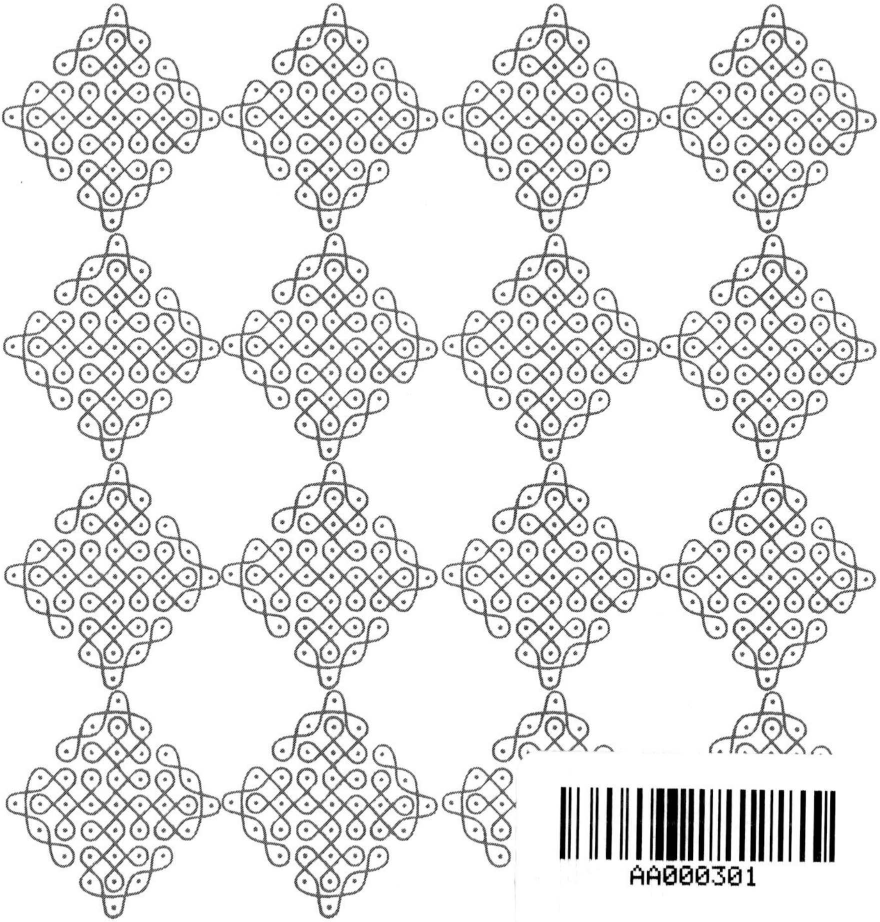

सकाळ प्रकाशन

आपले सण आपली संस्कृती

© **वर्षा गजेंद्रगडकर**

प्रथम आवृत्ती - **नोव्हेंबर २०१५**

तृतीय आवृत्ती : ऑक्टोबर २०२२

मुखपृष्ठ - मांडणी

प्रदीप खेतमर, आर्ट ॲडव्हर्टायझिंग

प्रकाशक

सकाळ मीडिया प्रा. लि.

५९५, बुधवार पेठ, पुणे ४११ ००२

ISBN 978-93-84316-55-6

अधिक माहितीकरिता

०२०-२४४० ५६७८ / ८८८८८४९०५०

sakalprakashan@esakal.com

मनोगत

कॅलेंडरची पानं एकामागोमाग एक उलटत राहतात आणि त्याला बांधलेली आपली दिनचर्याही चालू राहते. शिक्षण-नोकरी-व्यवसाय-घरकाम या सगळ्यातून आपल्याला थोडा बदल मिळतो तो सण-उत्सवांमुळे. नेहमीची कामं बाजूला ठेवून आनंद साजरा करायचे सण आणि उत्सव हे एक निमित्त असतं.

गोडाचं जेवण, नवे कपडे, मित्रमंडळी आणि नातेवाइकांची ये-जा या गोष्टी जवळपास सगळ्या सणांचा अविभाज्य भाग आहेत. परंपरेनं चालत आलेल्या प्रथाही सणांच्या दिवशी आपण मनोभावे पाळतो, पण अनेकदा या प्रथांमागचा अर्थ आपल्याला माहीत नसतो. आपल्या प्राचीन संस्कृतीच्या श्रद्धा, समजुती, त्या त्या काळातली समाजरचना, विविध लोकसमूहांनी निसर्गाच्या सूक्ष्म निरीक्षणातून बसवलेली जगण्याची घडी, सण-उत्सवांमागच्या मूळ प्रेरणा हे सगळं समजून घेतलं तर आज आपण साजऱ्या करत असलेल्या प्रथा-परंपरांचा खरा चेहरा आपल्याला दिसू शकेल. वाडवडील जे करत आले, ते यांत्रिकपणे पुढे चालू ठेवण्याऐवजी सणांमागची सांकेतिकता लक्षात घेत, नव्या काळात परंपरांना नवा अर्थ देणं खरं महत्त्वाचं आहे.

याच भूमिकेतून भारतातल्या विविध सण-उत्सवांविषयीचं हे पुस्तक लिहिलं

आहे. अनेक सणांविषयी विविध कथा-आख्यायिका सांगितल्या जातात. वेगवेगळ्या संदर्भात थोडा फार फरक असतो, पण लोकसमजुती लक्षात येण्याच्या दृष्टीनं त्यांच्याकडे बघितलं तर संस्कृतीची अंधारी वाट जरा उजळल्यासारखी वाटते, देव-दानव या कल्पना आजच्या काळात आपल्याला भ्रामक वाटतात, पण सुष्ट आणि दुष्ट प्रवृत्तींचं द्वंद्व म्हणून या आख्यायिकांकडे पाहता येईल. संकुचित स्वार्थापलीकडे जाऊन मानवजातीच्या कल्याणाचा विचार करणाऱ्या व्यक्तींकडे आपण नेहमीच आदरानं पाहतो. प्राचीन कथाही लोकसेवेचं व्रत घेणाऱ्या व्यक्ती आणि आत्मकेंद्रित व्यक्ती यांच्यातला लढाच स्पष्ट करतात.

इतर प्रांतांमधल्या काही निवडक सणांचा समावेशही या पुस्तकात केला आहे. भारताच्या विविध प्रांतात सण साजरा करण्याच्या पद्धती वेगवेगळ्या आहेत. काही उत्सव त्या त्या प्रांतापुरतेच मर्यादित आहेत; पण निसर्गाशी जुळलेला प्राचीन परंपरेचा धागा या सगळ्या प्रांतांमध्ये सारखाच आहे. या सणांच्या निमित्तानं इतर प्रांतातल्या संस्कृतीची झलकही आपल्याला पाहायला मिळेल.

भारतामध्ये नैसर्गिक, भौगोलिक, सांस्कृतिक वैविध्य मोठं आहे. विविध धर्मांचे, पंथाचे, विविध भाषा बोलणारे लोक इथे राहतात. आपापल्या परंपरा जपतात. सण-उत्सव वेगळे असले तरी त्यामागची भावना आणि उद्देश लक्षात घेतला तर सगळ्या धर्मांची बैठक एकसारखीच आहे. त्याग, परोपकार, आनंदाची देवघेव, सृष्टीशी जुळलेला धागा यासारख्या गोष्टी सगळीकडे समानच आहेत. आधुनिक काळात सणा-उत्सवांच्या निमित्तानं सांस्कृतिक देवघेवही वाढीस लागावी म्हणून वेगवेगळ्या धर्मांच्या प्रमुख सणांचा समावेश या पुस्तकात केला आहे.

सणांमागची वैचारिक भूमिका नव्या पिढीला कळावी, भारतातल्या सांस्कृतिक मूल्यांचा परिचय त्यांना व्हावा आणि परंपरेतलं सत्त्व वेचून तिला सजगपणे पुढे नेता यावं, या उद्देशानं हे पुस्तक लिहिलं आहे. विद्यार्थी, शिक्षक, पालक आणि सर्वसामान्य वाचक या सगळ्यांनाच ते आवडेल अशी आशा आहे. हे पुस्तक देखण्या स्वरूपात वाचकांपुढे ठेवण्याबद्दल 'सकाळ प्रकाशन' आणि चित्रकार या दोघांचीही मी ऋणी आहे.

- वर्षा गजेंद्रगडकर

अनुक्रम

मकर संक्रांत

इंग्रजी दिनदर्शिकेनुसार विचार केला तर 'संक्रांत' हा वर्षातला पहिला सण. बहुतेक भारतीय सण तिथीनुसार साजरे होतात, मात्र मकर संक्रांत ही तारखेनुसार साजरी केली जाते. दक्षिण भारतात हाच सण पोंगल म्हणून साजरा होतो. मकर राशीत सूर्याचा प्रवेश होतो- तो हा दिवस. या दिवसापासून उत्तरायणाला प्रारंभ होतो. म्हणजेच सूर्याचं उत्तरेकडे भ्रमण सुरू होतं. दिवस मोठा होऊ लागतो, रात्री लहान होऊ लागतात. हवेतला उष्मा वाढू लागतो. थंडीनं गारठलेल्या सृष्टीला पुन्हा फुलून येण्यासाठी नवं चैतन्य मिळतं.

या सणाविषयी पुराणात एक कथा आहे. या दिवशी देवीनं संकरासुराचा वध केला. या घटनेची आठवण म्हणून हा सण साजरा केला जातो, असं म्हटलं जातं. वस्त्रालंकारांनी सजलेली देवी एखाद्या वाहनावर बसून, हातात अनेक शस्त्रास्त्रं घेऊन एका दिशेनं दुसऱ्या दिशेला जात असते, असं पंचांगात म्हटलेलं असतं. दरवर्षी देवीची आभूषणं, वाहनं आणि शस्त्रं वेगवेगळी असतात. देवीला जी गोष्ट आवडते ती वस्तू त्या वर्षी महाग होते, अशीही समजूत आहे. यावरूनच 'संक्रांत येणे' म्हणजे संकट येणे असा वाक्प्रचार रूढ झाला आहे.

संक्रांतीच्या दिवशी विवाहित स्त्रिया मातीच्या छोट्या सुगडांमध्ये हरभरा, कापूस, हळकुंड, गव्हाच्या ओंब्या, उसाचे करवे घालून एकमेकींना वाण देतात. सुगडातले हे घटक म्हणजे सुफलनतेचं प्रतीक असतात. या काळात शेतात,

शिवारात येणारं धान्य आणि फळं यांची ही देवाणघेवाण असते. या दिवशी हळदीकुंकूही करतात. तिळगूळ आणि घरगुती उपयोगाची वस्तू किंवा साखर, डाळी, तांदूळ असं अन्नधान्य एकमेकींना दिलं जातं. आपल्याकडे जे आहे, ते इतरांना देऊन आनंद लुटायचा अशी यामागची भूमिका आहे. या दिवशी नवीन लग्न झालेल्या विवाहितांचा सण असतो. हलव्याचे दागिने घालून तिचं कौतुक केलं जातं. वर्षाच्या आतल्या लहान मुलांचं बोरनहाणही या दिवशी करतात. इतर लहान मुलांना बोलावून त्यांच्या उपस्थितीत बाळाच्या डोक्यावर बोरं, चुरमुरे, हरभरे, गोळ्या- चॉकलेट्स याचं नहाण घातलं जातं.

संक्रांतीचा आदला दिवस म्हणजे भोगी आणि संक्रांतीचा दुसरा दिवस म्हणजे किंकरांत. भोगीच्या दिवशी बाजरीची तीळ लावलेली भाकरी, लेकुरवाळी म्हणजेच वांगी, पावटा, गजर, हरभरे यांची मिसळ भाजी, तांदूळ आणि मुगाच्या डाळीची खिचडी असा जेवणाचा बेत असतो. संक्रांतीच्या दिवशी गुळाची पोळी करतात. अंगाला वाटलेले तीळ लावून अंघोळ करतात. हिवाळ्यात रूक्ष झालेल्या त्वचेला मऊपणा यावा आणि गुळामुळे रक्त वाढून शरीराला ताकद मिळावी, असा यामागचा उद्देश आहे.

संक्रांत म्हणजे तिळगूळ अशी आपल्या मनाशी आपण खूणगाठ बांधलेली असते. तीळ हा स्निग्ध पदार्थ, तर गूळ हे माधुर्याचं प्रतीक. जानेवारी महिना असल्यामुळे हवेत अजून गारवा पुष्कळच असतो. अशा वेळी तीळ आणि गुळाचा खुराक हा आरोग्यकारक असतो. शिवाय तिळाची स्निग्धता आणि गुळाचा गोडवा नात्यांमध्ये टिकून राहावा, वाढीस लागावा म्हणूनही एकमेकांना तिळगूळ देऊन 'तिळगूळ घ्या, गोड बोला' असं म्हणण्याची प्रथा आहे. धर्म, जाती, पंथ असे भेद दूर करून प्रेमाच्या धाग्यांनी सगळे जण परस्परांशी बांधले जावेत, भारतीय या नात्यानं आपण एक असल्याची भावना निर्माण व्हावी, असं हा सण सुचवतो.

पौष महिन्यात आकाश निरभ्र असतं. हवा मोकळी असते. या दिवसांत पतंग उडविण्याची प्रथा आहे. गुजराथेत तर पतंग उत्सवच साजरा केला जातो. आता चेन्नई, मुंबई, उदयपूर, जयपूर याही ठिकाणी असे उत्सव साजरे होतात.

सणांच्या मुळाशी असलेल्या कथा आपल्याला आता नव्या काळात निरर्थक वाटतात, पण त्यातली प्रतीकात्मता लक्षात घेऊन काळानुरूप या कथांचा अन्वयार्थ लावला तर सण-उत्सवांची परंपरा अधिक अर्थपूर्ण होऊ शकेल.

◆

२६ जानेवारी
भारतीय प्रजासत्ताक दिन

१५ ऑगस्ट १९४७ रोजी भारताला स्वातंत्र्य मिळालं. इथली ब्रिटिश राजवट संपली, पण स्वतंत्र भारताचा कारभार चालवण्यासाठी नवी राज्यघटना बनविणं आवश्यक होतं. यासाठी २८ ऑगस्ट १९४७ रोजी डॉ. बाबासाहेब आंबेडकर यांच्या अध्यक्षतेखाली एक समिती स्थापन करण्यात आली. या समितीनं घटनेचा मसुदा तयार करून तो ४ नोव्हेंबर १९४७ रोजी मंजुरीसाठी संसदेपुढे ठेवला. या मसुद्यावर चर्चा करण्यासाठी संसदेची एकूण १६६ सत्रं झाली. २ वर्षं, ११ महिने आणि १८ दिवसांच्या कालावधीत ही सत्रं पार पडली. त्यात काही सुधारणा होऊन २४ जानेवारी १९५० रोजी संसदेच्या ३०८ सदस्यांनी हिंदी आणि इंग्रजी अशा दोन हस्तलिखित प्रतींवर स्वाक्षरी केली आणि स्वतंत्र भारताची पहिली राज्यघटना मंजूर झाली.

ही राज्यघटना २६ जानेवारी १९५० रोजी देशभर प्रत्यक्षात आली.२६ जानेवारी १९३० रोजी इंडियन नॅशनल काँग्रेसने ब्रिटिशांकडे संपूर्ण स्वराज्याची मागणी केली होती, म्हणून हा दिवस प्रजासत्ताक राष्ट्राची घोषणा करण्यासाठी निवडण्यात आला. पहिला प्रजासत्ताक दिन स्वतंत्र भारताचे पहिले राष्ट्रपती डॉ. राजेंद्र प्रसाद यांच्या उपस्थितीत पार पडला होता.

या दिवशी देशाची राजधानी दिल्ली येथे राष्ट्रपतींच्या उपस्थितीत मोठा कार्यक्रम असतो. राष्ट्रपती भवनापासून राजपथावर मोठी मिरवणूक निघते. ही

भव्य मिरवणूक हे या कार्यक्रमाचं वैशिष्ट्य असतं. विविध राज्यांची पथकं या मिरवणुकीत सहभागी होतात. आपापल्या राज्याचं सांस्कृतिक संचित ही पथकं प्रदर्शित करतात. या दिवशीच्या कार्यक्रमात देशाच्या तीनही सैन्यदल प्रमुखांची उपस्थिती असते. राष्ट्रपती या दिवशी देशाला उद्देशून भाषण करतात. त्या पूर्वी 'अमर जवान ज्योती' या ठिकाणी पंतप्रधान पुष्पांजली अर्पण करतात. इथे सगळ्या अज्ञात जवानांना आदरांजली वाहिली जाते.

प्रजासत्ताक दिनाच्या कार्यक्रमाला इतर देशांच्या पंतप्रधानांना किंवा राष्ट्रपतींना बोलवण्याची पद्धत आहे. आजपर्यंत भूतान, श्रीलंका, रशिया, ब्राझील, ब्रिटन, फ्रान्स, नायजेरिया, अमेरिका यासारख्या देशांचे प्रमुख या कार्यक्रमाला अतिथी म्हणून उपस्थित राहिले आहेत.

'बिटींग द रिट्रीट' ही परेड दिल्ली येथे २९ जानेवारी रोजी होते आणि त्यानंतरच प्रजासत्ताक दिनाच्या कार्यक्रमाची अधिकृत सांगता होते. यात भारतीय लष्कर, नौसेना आणि वायुसेना यांची पथकं राजपथावर संचलन करतात. ही परेड पाहण्याजोगी असते.

प्रजासत्ताक दिनाला केंद्र सरकारने सार्वजनिक सुट्टी जाहीर केली आहे. या दिवशी राष्ट्रप्रेम जागवणाऱ्या अनेक कार्यक्रमांचं आयोजन ठिकठिकाणी केलं जातं आणि प्रजासत्ताक भारताच्या उज्ज्वल भविष्यासाठी प्रयत्नरत राहण्याचं आवाहन सर्वांना केलं जातं.

◆

वसंत पंचमी

माघ शुद्ध पंचमीपासून वसंतोत्सवाचा प्रारंभ होतो, म्हणून या दिवसाला 'वसंत पंचमी' असं म्हणतात. दक्षिण भारतात या काळात देवीच्या देवळांमध्ये वसंतोत्सवाप्रीत्यर्थ नृत्य, गायन, वादन असे कार्यक्रम चालू असतात. तिकडे बऱ्याच ठिकाणी हा लक्ष्मीचा उत्सव मानला जातो. मिरी, वेलदोडे आणि गूळ यांच्या मिश्रणाचं थंड पेय या वेळी एकमेकांना देण्याची प्रथा आहे. हे पेय पानक म्हणून ओळखलं जातं. ऋतू आणि त्या वेळची हवा लक्षात घेऊन केलेलं हे पेय आरोग्यकारक असतं. थंडी अजून पुरती गेलेली नसते आणि उन्हाळा हळूहळू आपली चुणूक दाखवायला लागलेला असतो. अशा वेळी उष्ण मिरे आणि थंड वेलदोडे यांचं मिश्रण थंडी आणि उन्ह या दोन्हीपासून शरीराला संरक्षण देतं. गोवा आणि कोकणाच्या दक्षिण भागात देवळांमध्ये वसंत पंचमीला अननस, केळी, पन्हं वाटलं जातं. या दिवशी देवळातल्या दीपमाळा आणि आवारात दिवे लावले जातात. गोव्यात या दिवशी शांतादुर्गेचा मोठा उत्सव असतो.

बंगालमध्ये मात्र वसंत पंचमी ही श्रीपंचमी म्हणून ओळखली जाते. तिथे हा सरस्वती पूजनाचा दिवस मानला जातो. या दिवशी दौत, शाई, लेखणी, पुस्तकं, वह्या यांची पूजा केली जाते. दसऱ्याच्या दिवशी आपण करतो, तसं पाटीवर 'श्री' काढून मुलांच्या शिक्षणाची सुरुवात केली जाते. आवळे, चिंचा, बोरं ही फळं सरस्वतीला या दिवशी अर्पण करून मग खायला सुरुवात करतात. त्या त्या

मोसमात येणारी फळफळावळं आधी देवीला अर्पण करून मग ती खाण्यामागे निसर्गाविषयी इथल्या परंपरेला वाटणारी कृतज्ञताच आहे.

महाराष्ट्रातल्या गणपती उत्सवाप्रमाणे वसंत पंचमीला बंगालात संध्याकाळी सरस्वतीची मूर्ती मांडून आरास करतात. तिच्यापुढे नृत्य-गायनाचे कार्यक्रमही करतात. दुसऱ्या दिवशी वाजतगाजत, मिरवणूक काढून या मूर्तींचं नदी किंवा तलावात विसर्जन करतात.

बंगालातल्या श्रीपंचमीइतकी महाराष्ट्रातली वसंत पंचमी धामधुमीची नसली तरी हा दिवस फार महत्त्वाचा मानला जातो. या दिवशी लग्नाच्या मुहूर्ताची तिथी असते. गवले करणं, हळकुंड फोडून जात्यावर हळद दळणं, अशी शकुनाची कामं वसंत पंचमीला करून मग लग्नाच्या बाकीच्या कामांना सुरुवात करायची पद्धत आहे. डाळीचे सांडगे किंवा वर्षाचे गवले घालून साठवणीच्या गोष्टींची तयारीही या दिवशीच करतात.

वसंत हा वर्षातला सर्वांत आल्हाददायक आणि सुंदर ऋतू. त्याचा उत्सव साजरा करावासा माणसाला वाटला नाही तरच नवल. लग्नकार्य असो, शिक्षणाचा श्रीगणेशा असो किंवा वर्षभरातली घरगुती कामं असोत, वसंतपंचमी ही शुभ गोष्टींना अभय देणारी मानली गेली आहे कारण वसंत हा निर्मितीचा ऋतू आहे. आपण या नजरेनं त्याच्याकडे बघायला हवं आणि त्याच्या उत्सवात शरीर-मनानं सहभागी व्हायला मात्र हवं.

◆

रथसप्तमी

भारतीय संस्कृतीत सूर्य हा चैतन्याचा स्रोत मानला गेला आहे. ही प्रकाशाची, तेजाची देवता आहे. तो अंधकार नाहीसा करतो आणि प्रकाश, चैतन्य, उत्साह आणि आशेचा वर्षाव करतो. सूर्याला अर्घ्य अर्पण करणे, सूर्याची पूजा करणे, त्याची स्तोत्रं दररोज म्हणणे, अशा अनेक प्रकारांनी सूर्यदेवतेविषयी भारतीय परंपरा आदर व्यक्त करत आली आहे. 'रथसप्तमी' हाही सूर्योपासनेचाच दिवस आहे. माघ शुद्ध सप्तमीला रथसप्तमी किंवा, 'भानुसप्तमी' असं म्हटलं जातं.

रथसप्तमी हे नाव या उत्सवाला कशामुळे पडलं, असा प्रश्न कुणाच्याही मनात येऊ शकतो. असं म्हटलं जातं, की चौदा मन्वंतरांपैकी एका मन्वंतराचा प्रारंभ या दिवशी झाला. मन्वंतर हे कालमापनाचं एक परिमाण आहे. सृष्टीची निर्मिती करणाऱ्या ब्रह्मदेवाचं आयुष्य शंभर वर्षांचं असल्याची समजूत आहे. त्याच्या आयुष्याच्या एका दिवसांत चौदा मन्वंतरं होतात. यापैकी एक मन्वंतर माघ शुक्ल सप्तमीला सुरू झालं आणि त्याच दिवशी सूर्याला रथ मिळाला, म्हणून या दिवसाला रथसप्तमी, असं म्हटलं जातं. सात घोडे असलेल्या रथावर आरूढ होऊन सूर्य या दिवशी आकाश भ्रमणाला निघतो, अशी समजूत आहे. दक्षिणायनाच्या काळात सूर्याजवळ रथ नसतो. रथसप्तमीला तो मिळतो, असं म्हणतात.

हा उत्सव म्हणजे स्त्रियांचं व्रत आहे. रथसप्तमीच्या आदल्या दिवशी स्त्रिया उपास करतात. रथसप्तमीला लवकर अंघोळ करून पाटावर रांगोळीनं सूर्याचं

चित्र काढतात, त्याची पूजा करतात. अंगणात चूल पेटवून मातीच्या घटात दुधात बनविलेली खीर शिजवायला ठेवतात आणि ती ऊतू जाऊ देतात. सूर्याची उष्णता भरपूर मिळावी असा यामागचा संकेत आहे. अग्नीमार्फत सूर्याला हा खिरीचा नैवेद्य पोचतो, असं मानलं जातं. या दिवशीही स्त्रिया हळदीकुंकू करून एकमेकींना वाण देतात.

या दिवसाविषयी एक कथा सांगितली जाते. फार पूर्वी काम्बुज देशात यशोवर्मा नावाचा राजा राज्य करीत होता. त्याला एक मुलगा होता, पण तो सतत आजारी असायचा. खूप वैद्य आणि औषधोपचार झाले तरी मुलाला बरं वाटेना. शेवटी एका सूर्योपासक माणसानं राजाला उपाय सांगितला. रथसप्तमीचं व्रत करून सूर्याची उपासना करायचा सल्ला त्यानं राजाला दिला. सूर्योपासना करायला लागल्यापासून राजपुत्राची तब्येत सुधारली आणि काही दिवसांनी तो खडखडीत बरा झाला. सूर्य ही आरोग्याची देवता असल्याचं ही कथा सूचित करते. आणि ते खरंही आहे. सूर्य जीवनदाता आहेच, पण उत्तम आरोग्यासाठी सूर्यप्रकाश आवश्यक आहे. सूर्यकिरणांपासून 'ड' जीवनसत्त्व मिळतं आणि एकूणच रोगजंतूंचा नायनाट होतो.

आजही आरोग्य आणि तेजप्राप्तीसाठी गायत्री मंत्राचा जप आणि सूर्य नमस्कार हे मार्ग मोठ्या प्रमाणावर अवलंबिले जातात. सूर्य नमस्कारांमुळे सर्वांगाला व्यायाम होतो. सूर्याची जी बारा नावं आहेत, त्या नावांनुसार किमान बारा नमस्कार घातले जातात.

भारतीय परंपरेनं सूर्याच्या उपासनेला अतिशय महत्त्व दिलं आणि ठिकठिकाणी सूर्यमंदिरंही बांधली. ओरिसा राज्यातलं कोणार्कचं सूर्यमंदिर प्रसिद्ध आहे. सजीव सृष्टीला सातत्यानं ऊर्जा आणि संजीवनी देणाऱ्या सूर्याचं महत्त्वपूर्ण स्थान जाणवल्यामुळेच भारतीय संस्कृती सूर्योपासक बनली. आजच्या विज्ञानयुगातही पर्यावरण रक्षणासाठी सौरऊर्जेचा अधिकाधिक वापर करण्याचा सल्ला पर्यावरणतज्ज्ञ देताहेत. म्हणूनच रथसप्तमीसारखे सण हे आपल्या निसर्गाविषयीच्या जाणिवेला जागवण्याचं निमित्त आहे. आपण त्या दृष्टीनं त्यांच्याकडे पाहायला हवं.

◆

महाशिवरात्र

प्रत्येक महिन्यातल्या कृष्ण चतुर्दशीला शिवरात्र असते, पण माघ महिन्यातली शिवरात्र महत्त्वाची असते, म्हणून तिला 'महाशिवरात्र' म्हणतात. हा शिवशंकराच्या उपासनेचा दिवस आहे. महाशिवरात्रीला आवर्जून कडक उपवास करतात, शंकराचं दर्शन घेतात आणि बेल वाहून त्याची प्रार्थना करतात. अनेक जण शिवाच्या मंदिरात पाण्याचा अथवा दुधाचा अभिषेक करतात. रात्री शंकराचं नामस्मरण करत जागरण करतात. यामुळे मनुष्य नरकात जात नाही, अशी भाविकांची श्रद्धा आहे.

महाशिवरात्र हा अनेक ठिकाणी यात्रेचा दिवस असतो. भारतात शिवाची बारा मुख्य स्थानं आहेत, त्यांना ज्योतिर्लिंगं म्हणतात. महाशिवरात्रीच्या दिवशी काहीजण एखाद्या ज्योतिर्लिंगाला दर्शनासाठी जातात. सौराष्ट्रातला सोमनाथ, श्रीशैलावरचा मल्लिकार्जुन, उज्जैनचा महाकाल, नर्मदेतला ओंकार मान्धाता, परळीचा वैजनाथ, डाकिनी वनातील भीमाशंकर, हिमालयातील केदारनाथ, काशीचा विश्वेश्वर, नाशिकजवळ असलेला त्र्यंबकेश्वर, औंढा येथील नागनाथ, दक्षिणेकडचा रामेश्वर, वेरूळचा घृष्णेश्वर ही बारा ज्योतिर्लिंगं आहेत. महाशिवरात्रीला या ठिकाणी मोठी पूजा असते.

शिवरात्रीचं माहात्म्य पुराणांमध्ये वर्णन केलं आहे. *गरुडपुराण, स्कंदपुराण, पद्मपुराण, अग्निपुराण* या सगळ्या प्राचीन ग्रंथांमध्ये थोड्याफार फरकानं महाशिवरात्रीचं महत्त्व सांगितलं आहे. यापैकी *गरुडपुराणा*तली कथा सगळ्यांत

प्राचीन आहे, असं म्हणतात. या कथेनुसार अबू पर्वतावर सुंदरसेन नावाचा निषादांचा राजा होता. महाशिवरात्रीच्या दिवशी तो शिकारीला गेला होता. दिवसभर शिकार न मिळाल्यामुळे भुकेल्या अवस्थेत दमून तो बेलाच्या झाडावर बसून राहिला. नीट बसता यावं म्हणून त्यानं काही पानं खुडून खाली टाकली. झाडाखाली एक शिवलिंग होतं. त्यावर बिल्वपत्रांचा नकळत अभिषेक झाला. उपास, जागरण आणि शिवलिंगाची पूजा त्याच्या हातून अगदी नकळत घडली. यामुळे मृत्यूनंतर राजाला शंकराच्या शिष्यांनी यमाच्या हातून सोडवलं. राजाला मोक्ष मिळाला, असं ही कथा सांगते.

भारतभर सर्वत्र शंकराची उपासना केली जाते. त्यामुळेच देशभरात ठिकठिकाणी मोठी शिवालयं आहेत. प्रत्येक सोमवारी या मंदिरांमध्ये भाविकांची गर्दी असते. शिव हा भारतीय संस्कृतीत निर्मिती आणि विलयाचं प्रतीक मानला गेला आहे. तो दुष्टांचा विनाश घडवून शुभाला अभय देतो. अपप्रवृत्तींसाठी तो विनाशक आहे तर सज्जनांसाठी तो संरक्षक, कल्याणकारी आहे. विनाशातून निर्मिती घडवण्याचं सामर्थ्य शिवाजवळ असल्याचा भारतीय परंपरेचा विश्वास आहे. आजच्या आधुनिक युगातही अन्यायाचा प्रतिकार करून सत्य आणि न्याय यांना अभय देण्याचा संदेश शिवरात्र देते, असं म्हटलं तर ते वावगं ठरणार नाही.

◆

होळी

फाल्गुन महिन्यातील पौर्णिमा म्हणजेच 'होळी पौर्णिमा' किंवा 'हुताशनी पौर्णिमा'. या सणाला देशाच्या प्रत्येक भागात वेगवेगळी नावं आहेत. उत्तर भारतात हा सण 'होरी' म्हणून तर दक्षिणेकडे 'कामदहन' म्हणून ओळखला जातो. बंगाल प्रांतात हा 'दोला' यात्रेचा दिवस असतो, पंजाबात 'होल्ला मोहल्ला' असतो. गोवा आणि कोकणात 'शिमगो' म्हणून हा उत्सव मोठ्या उत्साहानं साजरा केला जातो. फक्त महाराष्ट्रात होळीच्या दिवशी रंग न खेळता पाचव्या दिवशी येणाऱ्या रंगपंचमीला रंग खेळण्याची प्रथा आहे. इतर प्रांतांमध्ये मात्र होळी हाच रंगोत्सव असतो.

या सणाचं नातं थेट आर्य संस्कृतीशी जोडलेलं आहे. अग्नीची उपयुक्तता जाणवल्यामुळे आर्य अग्नीची पूजा करत असत. थंडीपासून संरक्षण, अन्न शिजवणे, हिंस्र श्वापदांपासून रक्षण आणि प्रकाशाची प्राप्ती अशा विविध गोष्टी अग्नीमुळे शक्य झाल्या आणि प्राचीन माणसाचं जीवन सुसह्य झालं. म्हणून अग्नीविषयी वाटणारी कृतज्ञता विविध प्रकारे माणूस व्यक्त करू लागला. होळी ही अग्नीपूजाच आहे, असं अभ्यासक सांगतात.

होळीच्या सणाशी अनेक आख्यायिका जोडलेल्या आहेत. हिरण्यकश्यपू हा दैत्यांचा एक राजा. त्याचा मुलगा प्रल्हाद मात्र विष्णुभक्त होता. सतत विष्णूच्या चिंतनात मग्न असणाऱ्या या मुलाला ठार करायचं हिरण्यकश्यपूनं ठरवलं. त्याची बहीण होलिका. तिला अग्नीपासून धोका नव्हता. तसा वर तिला मिळाला होता. तिनं एक दिवस लहानग्या प्रल्हादाला मांडीवर घेतलं आणि त्यांच्याभोवती लाकडं

पेटवली गेली, पण या अग्नीनं होलिकेला गिळंकृत केलं आणि प्रल्हादाला मात्र जिवंत ठेवलं. दुष्ट प्रवृत्तींना नष्ट करून, सुष्ट, कल्याणकारी प्रवृत्तीला अभय देणाऱ्या या दिवसाची आठवण म्हणून होळीचा सण साजरा केला जातो, असं मानतात.

आणखी एका कथेनुसार, तारकासुर नावाचा राक्षस फार उन्मत्त झाला होता. शंकराच्या पुत्राच्या हातूनच फक्त त्याचा मृत्यू लिहिला होता. त्या वेळी शंकर आणि पार्वती यांचं लग्न झालेलं नव्हतं. तारकासुराचा बंदोबस्त करण्यासाठी शंकराच्या तपश्चर्येचा भंग करणं निकडीचं होतं. त्याचा आणि पार्वतीचा विवाह व्हावा म्हणून कामदेवानं म्हणजेच मदनानं शिवाचा तपोभंग करायचा ठरवला. तो शंकराच्या शरीरात प्रवेश करणार, इतक्यात शिवानं तिसरा डोळा उघडून आपल्या नजरेनं कामदेवाला भस्मसात करून टाकलं. दक्षिणेत या गोष्टीची आठवण म्हणून 'कामण्णा'चा पुतळा बनवून तो जाळण्याची प्रथा आहे. पूतना या दुष्ट राक्षसीचा वधही बाळकृष्णानं याच दिवशी केला, असंही एक कथा सांगते.

या उत्सवातला सगळ्यांत महत्त्वाचा भाग म्हणजे होळी पेटवणे. अर्थात या बाबतीतही विविध ठिकाणी वेगवेगळ्या प्रथा आहेत. बंगाल प्रांतात चतुर्दशीच्या दिवशी दोला यात्रेला सुरुवात होते. कुटुंबप्रमुख कृष्णाची आणि अग्नीची पूजा करतो. कृष्णावर गुलाल उधळला जातो. मग घराबाहेर गवताची एक मूर्ती जाळतात. झोपाळ्यावर किंवा पाळण्यात बसवलेल्या कृष्णाला अधूनमधून झोका दिला जातो. उत्तर भारतात फाल्गुन शुक्ल पंचमीपासूनच हा उत्सव सुरू होतो. वसंत ऋतू असल्यामुळे त्याच्या रंगाला साजेशी पिवळी, केशरी वस्त्रं लोक परिधान करतात. एकमेकांवर रंगांची उधळण करत नृत्य आणि गायनाच्या संगतीत पौर्णिमेपर्यंतचा काळ मोठ्या आनंदात जातो. पौर्णिमेच्या दिवशी संध्याकाळी मोकळ्या जागेत होळी पेटवली जाते. ती शांत झाली की लोक घरी जातात.

महाराष्ट्रात होळीला म्हणजेच अग्नीला हळद-कुंकू वाहून पुरणपोळीचा नैवेद्य दाखवला जातो. रब्बीची पिकं शेतात तयार झालेली असतात. या नव्या धान्याचा नैवेद्यही शेतकरी प्रथम अग्नीला दाखवतात. वर सांगितलेल्या कथा होळीशी वर्षानुवर्षं निगडीत असल्या तरी मुळात ही अग्नीपूजाच आहे. थंडी संपून जीवनाला ऊब देणारा हा काळ असतो. सगळीकडे पानगळ चालू असते. हा पालापाचोळा आणि वाळून तुटून पडलेल्या काटक्या, शेतातली पिकं हाताशी आल्यावर राहिलेला काडीकचरा यांची होळी पूर्वीपासून पेटवली जात असेल.

आज मात्र जंगलं आणि हिरवाई वाचवण्याची नितांत गरज असताना आपण झाडांच्या फांद्या तोडून होळी पेटवतो. पर्यावरणाच्या दृष्टीनं हे घातक आहे. नव्या काळानुसार सणा - उत्सवांमागच्या चालीरीतींमध्ये योग्य ते बदल केले तरच त्या टिकतील आणि अधिक अर्थपूर्ण होतील.

◆

धुळवड

होळीचा दुसरा दिवस म्हणजे 'धुळवड'. या दिवसाला 'धूलिवंदन' असंही म्हणतात. फाल्गुन वद्य प्रतिपदेच्या दिवशी हा सण साजरा केला जातो. खरं तर हा होळीच्या सणाचाच एक भाग आहे.

होळीच्या अजूनही गरम असलेल्या राखेवर पाणी तापवून त्याने लहान मुलांना अंघोळ घालण्याची प्रथा आहे. विशेषतः ग्रामीण भागात ही पद्धत अजूनही टिकून आहे. या दिवशी महाराष्ट्रात एकमेकांच्या अंगावर धूळ किंवा चिखल उडवला जातो. होळीची राखही अंगाला फसतात. सगळ्या जातिधर्मांचे लोक या वेळी एकत्र येतात, म्हणूनच हा राष्ट्रीय एकात्मतेचा उत्सव मानला जातो. उत्तर भारतात धुळवडीपासून नवं वर्षं सुरू होतं.

शहरांमध्ये आता धुळवडीलाही रंग खेळला जातो. मात्र ग्रामीण भागात धुळवडीची खरी मौज असते. या दिवशी चिखल खेळण्याखेरीज गावाची साफसफाईही केली जाते. सगळे गावकरी एकत्र येऊन रस्ते, पाणवठे, गटारं, मंदिरं, शाळा, आणि इतर सार्वजनिक ठिकाणांची स्वच्छता करतात. बायका, मुलं, तरुण आणि वयस्कर व्यक्तीही या कामात सहभागी होतात. परस्पर भेद आणि वादविवाद विसरून काम करणारे गावकरी पाहताना एकात्मतेचा खरा प्रत्यय येतो. धूलिवंदनाचं महत्त्व विशेष आहे, ते यासाठी.

◆

रंगपंचमी

होळी, धुळवड आणि रंगपंचमी हे एकमेकांच्या हातात हात गुंफून येणारे सण. फाल्गुन वद्य पंचमी म्हणजेच रंगपंचमी. मराठी दिनदर्शिकेतला हा वर्षातला शेवटचा सण. इंग्रजी दिनदर्शिकेनुसार तो मार्च महिन्यात येतो.

महाराष्ट्रात रंगपंचमीला मोठी ऐतिहासिक परंपरा आहे. मराठेशाहीच्या काळात हा उत्सव मोठ्या धामधुमीत साजरा व्हायचा. या दिवशी विशेष दरबार भरवला जात असे. सगळे सरदार एकमेकांच्या अंगावर गुलाल उधळून आनंद साजरा करायचे. वर्षभर चाललेल्या लढायांमुळे सैन्यातले लोक सतत परप्रांतात असायचे. रंगपंचमीच्या सणामुळे मायभूमीत असल्याचा त्यांचा आनंद द्विगुणित होत असणार यात शंका नाही.

रंगपंचमी म्हणजे रंगांची, उत्साहाची आणि आनंदाची मनसोक्त उधळण. लहानमोठे सगळे जण या दिवशी वयाचा अडसर दूर सारून रंग खेळतात. काही वाद असले तरी ते विसरून एकमेकांना रंग लावायचे आणि प्रेमाचं नातं जोडायचं असं रंगपंचमी सांगते. लहान मुलं तर होळीपासूनच रंग खेळण्याची तयारी करतात. फुगे, पिचकाऱ्या, रंग घेऊन पंचमीच्या दिवशी सकाळपासूनच त्यांचा खेळ सुरू होतो. मार्च महिन्यात उन्हाचा चटका चांगलाच जाणवतो. अशा वेळी पाण्यात कालवलेले रंग उन्हाची काहिली दूर करतात.

या दिवशी आधी देवावर दुधात कालवलेलं केशर शिंपडण्याचा प्रघात आहे.

आपल्या आनंदात देवालाही सहभागी करून घ्यायचं, असा यामागचा हेतू आहे. मग नातेवाईक आणि मित्रमंडळी यांच्यासोबत रंग खेळायला सुरुवात होते. या दिवशी घरी एखादं पक्वान्नही केलं जातं. नवीन लग्न झालं असेल तर जावयाकडे जाऊन सासू-सासरे त्याला भेटवस्तू देतात. सुनेलाही पांढरी साडी घेऊन त्यावर केशराचा रंग उडवला जातो.

वर्ष-दीड वर्षाच्या वयाची मुलं असतील तर रंगपंचमीच्या दिवशी त्यांचा 'शीतळ शिमगा' हा खास सण असतो. त्यांना मऊ पांढऱ्या कापडाची पाच झबली शिवतात. घामाने मुलांना त्रास होऊ नये म्हणून असे हलके कपडे शिवायचे. शिवाय साखरेची गाठी, द्राक्षांची माळ आणि वेलदोड्याचा हार त्यांच्या गळ्यात घालतात. उन्हातून माणूस आला की गूळ-पाणी देण्याची पद्धत आहे. साखरेची गाठी खाल्ली तरी उन्हाचा त्रास कमी होतो. या सगळ्या गोष्टी थंड आहेत. मुलांना उन्हाळा बाधू नये, यासाठीची ही प्रथा आहे. ऋतुमान लक्षात घेऊन त्या त्या सणाशी निगडीत प्रथा परंपरेनं सुरू केल्या आहेत, हेच यावरून स्पष्ट होतं. ◆

गुढी पाडवा

'गुढीपाडवा' हा नव्या संवत्सराचा प्रारंभ. या दिवशी ब्रह्मदेवानं विश्वाची निर्मिती केली आणि मग इतर देवदेवतांनी या निर्मितीच्या वाढीसाठी आवश्यक असलेली इतर कामं सुरू केली. म्हणजे गुढीपाडवा हा जगाचा जन्मदिवस! एका अंधाऱ्या पोकळीतून चैतन्याला जन्म देणारा हा दिवस म्हणजे ऋतुचक्राला गती देऊन सृष्टीला अखंड समृद्धीचं दान देणारा दिवस आहे. कर्नाटक आणि आंध्रप्रदेशात हाच दिवस 'उगादी' (युगाचा प्रारंभ) म्हणून साजरा होतो.

पाडवा हा शब्द मूळ प्राकृत शब्दावरून आला आहे. त्याचा अर्थ आहे प्रतिपदा. चैत्र महिन्याचा हा पहिला दिवस. शालिवाहन शकाची सुरुवात या दिवशी झाली. शालिवाहनानं हूणांचा पराभव करून दक्षिण भारताला गुलामीच्या बेड्यातून मुक्त केलं, तो हा दिवस. स्वातंत्र्याचा आनंद व्यक्त करण्यासाठी त्या वेळी लोकांनी गुढ्या उभारल्या. म्हणून पाडव्याची गुढी ही स्वातंत्र्याची ध्वजा आहे. रावणाला मारून राम अयोध्येत परत आला तो याच दिवशी, अशीही कथा सांगतात. वनवास संपवून राम परतला म्हणून अयोध्यावासीयांनी गुढ्या उभारून आनंद व्यक्त केला. अलीकडच्या इतिहासाकडे पाहिलं तरी मराठेशाहीच्या काळात मोहिमा फत्ते करून येणाऱ्या सैन्याच्या स्वागतासाठीही गुढ्या-तोरणं उभारली जायची. विजयाचं निशाण नेहमी उंच धरलं जातं. यामुळेच गुढी घराबाहेर, उंच उभारण्याची प्रथा आहे. एकूण गुढी हे विजयाचं, मुक्तीचं आणि आनंदाचं प्रतीक आहे. म्हणूनच

साडेतीन शुभ मुहूर्तांमध्ये पाडवा हा एक आहे. समृद्धी आणि भाग्याला आमंत्रित करणारी गुढी सगळ्या वाईटाला दूर ठेवते असाही भारतीय परंपरेचा विश्वास आहे. नवी कामं, नवे उपक्रम आणि नव्या उलाढाली सुरू करण्यासाठी हा दिवस अगदी योग्य!

आंब्याची डहाळी, कडुनिंबाचा पाला आणि झेंडूच्या फुलांची माळ घातलेली गुढी वसंतारंभही सूचित करते. वसंतातले सगळेच सण-उत्सव सृष्टीच्या सौंदर्याविष्काराचे, तिच्या निर्मितीचेच उत्सव आहेत. किती झाडं आणि फुलं फुलावीत या दिवसांत! जाई-जुई, मोगऱ्यापासून आंबा आणि कडुनिंबाचा मोहोरसुद्धा घमघमत असतो. आंब्याच्या झाडावरच्या कोकिळेच्या गाण्यानं वर्षानुवर्षं कविमनाला मोहवलं आहे. कितीतरी संस्कृत काव्यांनी वसंताचं वैभव नाना तऱ्हांनी अधोरेखित केलं आहे. भगवद्गीतेत श्रीकृष्णानंही सर्व ऋतूंमध्ये प्रफुल्ल वसंत हे माझंच रूप असल्याचं म्हटलं आहे. वसंतात अंगोपांगी फुलणारा निसर्ग पुढे कोमेजला, गारठला तरी त्याच्या पोटातलं सर्जनाचं बीज जपण्याचं आश्वासन पाडव्याची गुढी देते.

पाडव्याच्या दिवसाची सुरुवात कडुनिंब खाऊन करण्याची प्रथा आहे. धने, गूळ आणि चिंच, कडुनिंब यांचं मिश्रण वाटून खायचं आणि मग पुढची कामं सुरू करण्याचा रिवाज आजही पाळला जातो. नव्या वर्षाची सुरुवात कडू खाऊन केली की पुढचे सगळं वर्ष आनंद आणि यशाचा गोडवा ओंजळीत देतं, अशी समजूत यामागे आहे. पण वैज्ञानिकदृष्ट्या कडुनिंबाचं हे मिश्रण आरोग्यकारक आहे. रक्तशुद्धी आणि रोगप्रतिकारशक्ती वाढवण्यासाठी त्याचा उपयोग होतो.

भारत हा मुळात कृषिप्रधान देश आहे. इथले बहुतेक सगळे सण आणि उत्सव ऋतुंच्या बदलाशी आणि शेतीशी जोडलेले आहेत. पाडवाही शेतीच्या एका हंगामाची अखेर आणि दुसऱ्या हंगामाचा प्रारंभ रेखतो. चैत्रापासून सूर्याची उष्णता वाढायला सुरुवात होते. पाडव्याच्या दिवशी शेतकरी जमीन नांगरायला सुरुवात करतात. मातीच्या रंध्रारंध्रात सूर्याची ऊर्जा पोचते. यामुळे पुढे पेरलं जाणारं बीज अंकुरण्यासाठी जमीन तयार होते. थोडक्यात सूर्यप्रकाशामुळे जमिनीची उत्पादनक्षमता वाढते. म्हणून शेतकऱ्यांच्या दृष्टीनं हा दिवस विशेष महत्त्वाचा आहे.

निसर्गाशी एकरूपता अनुभवणाऱ्या प्राचीन भारतीय संस्कृतीला उत्पत्ती-स्थिती-लयाच्या चक्राचं पुरतं भान होतं. विनाश हा शेवट नसून ती तात्कालिक अवस्था आहे आणि तीच नवनिर्मितीला चालना देते, हा विश्वास भारतीय परंपरेनं बाळगला आहे. म्हणूनच ऋतुचक्रात या परंपरेनं आयुष्याचं प्रतीक शोधलं. शिशिरानंतर नव्या आयुष्याचं आश्वासन देत वसंत येतो. आंब्याचा मोहोर, मोगऱ्याचा गंध, एकूणच रंग-गंधांची उधळण पाहताना, अनुभवताना शिशिरातली मरगळ कुठल्या कुठे पळून जाते. म्हणून गुढीपाडवा हे आपल्या भवतालाशी स्वतःला जोडण्याचं निमित्त आहे. हा जगण्याचाच उत्सव आहे, असं दारावरची गुढी सांगते. हा प्रेमाचाही उत्सव आहे. वसंतारंभाचा हा काळ प्रेमालाही नवे धुमारे देतो. कालिदासाच्या 'कुमारसंभवा'त प्रणयोत्सुक पार्वतीच्या प्रेमभावना फुलवणारं वसंताचं उन्मादक सौंदर्य फार प्रभावीपणे व्यक्त झालं आहे. वसंताच्या जादुई दर्शनानंच पार्वतीनं शिवाविषयीचं आपलं उत्कट प्रेम व्यक्त केलं आणि तपोवनाचं रूपांतर मोहवनात झालं, याचं कालिदासानं केलेलं वर्णन फार सुंदर आहे. म्हणून वर्षारंभाचा हा दिवस म्हणजे उत्कट आणि गाढ प्रेमाचाही उत्सव आहे. प्रेमच आयुष्याला पूर्णत्व देतं. गुढीपाडवा हा असा जगण्याचा उत्सव आहे. 'जगा आणि जगू द्या' असं सांगणाऱ्या सृष्टीशी स्वतःला जोडून घेण्याचा हा दिवस आहे. ◆

रामनवमी

चैत्र शुद्ध नवमी म्हणजे 'रामनवमी'. या दिवशी दुपारी बारा वाजता प्रभू रामचंद्रांचा जन्म झाला. जवळ जवळ सगळ्या भारतभरात हा उत्सव मोठ्या धामधुमीत साजरा होतो. अनेक ठिकाणी गुढीपाडव्यापासूनच या उत्सवाला सुरुवात होते. पाडव्याच्या दिवशी रामाचं नवरात्र बसतं. या दिवसापासून रामनवमी पर्यंत दररोज कीर्तनं, प्रवचनं, भजनं असे कार्यक्रम राम मंदिरांमध्ये असतात. राम हा विष्णूचा सातवा अवतार मानला जातो. त्यामुळे विष्णूच्या देवळांमध्येही अनेकदा रामनवमी जोरात साजरी होते. नाशिक, अयोध्या, तिरुपती आणि रामेश्वर या ठिकाणी रामनवमीला भाविकांची मोठी गर्दी असते, पण उत्तर भारतातला रामजन्म सोहळा बघण्याजोगा असतो.

रामनवमीला सकाळी रामाच्या देवळात छोटा पाळणा सजवला जातो. दहापासून कीर्तनाला सुरुवात होते. बारा वाजता श्रीफळाला झबलं, कुंची आणि दागिने घालून सजवतात आणि सुवासिनी त्याला राम म्हणून पाळण्यात घालतात. गुलाल उधळून रामजन्माचा आनंद साजरा केला जातो. पाळण्याला झोका देऊन जमलेले भाविक रामाचं दर्शन घेतात. सनई- चौघडे वाजतात. प्रसाद म्हणून सुंठवडा वाटला जातो.

लंकेचा राजा रावण हा शंकराकडून मिळालेल्या वरामुळे उन्मत्त झाला होता. त्याला मारण्यासाठी विष्णूने रामअवतार घेतला, असं भारतीय परंपरा सांगते.

वाल्मिकींचा 'रामायण' हा ग्रंथ शेकडो वर्षांपासून भारतीय जनमानसावर प्रभाव राखून आहे. इक्ष्वाकू कुळातला अयोध्येचा राजा दशरथ आणि राणी कौसल्या यांचा सर्वात ज्येष्ठ पुत्र म्हणजे राम. रामायण ही त्याची चरित्रकथा आहे. राम हा आदर्श पुत्र, महापराक्रमी योद्धा आणि आदर्श राजा म्हणून भारतवर्षात लोकप्रिय आहे. रामाच्या राज्यात प्रजा सुखी, समाधानी होती, असं रामायणात म्हटलं आहे. त्यामुळेच कल्याणकारी राज्य या अर्थी 'रामराज्य' असा शब्दप्रयोग रूढ झाला आहे. वाल्मिकी रामायणाखेरीज इतर अनेक प्रादेशिक भाषांमध्येही रामायणाची कथा सांगितली गेली आहे. भारतातल्या विविध कला आणि साहित्याला रामायणाने प्रेरणा दिली आहे. संगीत, नृत्य, शिल्प, चित्र अशा सगळ्या कलांनी रामायणाची कथा पिढ्या न् पिढ्या जपली आहे. रामकथेवर आधारित अनेक नाटकं, काव्यं भारतात आणि तिबेट, जावा, मलाया, सयाम, म्यानमार, कंबोडिया अशा पूर्वेकडच्या देशातही लिहिली गेली आहेत. अनेक लोकगीतं, लोकनाट्यं यामधूनही रामचरित्र सांगण्याचा मोह कलावंताना वर्षानुवर्षं आवरता आलेला नाही. ग. दि. माडगूळकर यांनी रचलेलं 'गीत रामायण' ही मराठी साहित्यालाच नाही तर मराठी रसिकांना मिळालेली देणगी आहे.

विविध भाषांमधल्या रामचरित्रात थोडाफार फरक असला तरी रामाला भारतभरात सगळीकडेच देवत्व बहाल केलं गेलं आहे. रामजन्माच्या दिवशी अनेक भाविक उपवास करतात. दुसऱ्या दिवशी सकाळी पारण्याचं कीर्तन असतं. आणि प्रसादाचं जेवणही असतं. शतकं लोटली तरी रामायणाची भारतीय जनमानसावरची रामायणाची मोहिनी कायम आहे आणि रामनवमीचा उत्सव साजरा करण्याची परंपराही कायम आहे.

◆

महावीर जयंती

'महावीर जयंती' हा जैन धर्मातला अत्यंत महत्त्वाचा दिवस. महावीर जन्म 'कल्याणक' म्हणूनही तो ओळखला जातो. महावीरांचा म्हणजेच शेवटच्या तीर्थंकराचा हा जन्म दिवस! जैन धर्मीय हा जन्मोत्सव चैत्र शुद्ध त्रयोदशीला साजरा करतात. जैन धर्माला नवं रूप देऊन प्रगतीच्या वाटेवर नेण्याचं महत्त्वपूर्ण काम महावीरांनी केलं.

महावीरांचा जन्म बुद्धाप्रमाणेच राजघराण्यातला. आजच्या बिहार प्रांतातलं हे एक मोठं राज्य होतं. राजा सिद्धार्थ आणि राणी त्रिशला यांच्या पोटी जन्मलेला हा राजपुत्र. राजा आणि राणी हे दोघंही पार्श्वनाथांचे सच्चे अनुयायी होते. असं म्हणतात, की गर्भारपणात राणी त्रिशलेला अनेक शुभ स्वप्नं पडली होती. आणि त्यावरून 'हिच्या पोटी जन्मणारा मुलगा हा महान सम्राट किंवा तीर्थंकर म्हणून नाव कमावेल', असं भाकीत अनेकांनी केलं होतं. त्रिशलेने प्रत्यक्ष मुलाला जन्म दिला तेव्हा स्वतः इंद्रानं त्याला दुग्धस्नान घातलं, असंही एक कथा सांगते. त्या वेळीच हा मुलगा पुढे तीर्थंकर होणार हे निश्चित झालं, असा जैनधर्मीयांचा विश्वास आहे.

राजपुत्राचा जन्म झाला तेव्हा राज्यात शेतीची भरभराट होती. लोक संपन्न, निरोगी आणि सुखी आयुष्य जगत होते. म्हणून राजा-राणीनं या मुलाचं नाव वर्धमान ठेवलं होतं. राजपुत्र असल्यामुळे जीवनातली सगळी सुखं त्याच्या दिमतीला होती, पण वर्धमान त्यात गुंतला नाही. तिसाव्या वर्षी वर्धमानानं आध्यात्मिक जागृतीचा ध्यास घेतला आणि घरदार सोडून तो बाहेर पडला. पुढची साडेबारा वर्षं वर्धमानानं चिंतन

आणि तपःश्चर्येत व्यतीत केली. या काळात त्याला अनेक हालअपेष्टा आणि अपमान-अवहेलना सोसावी लागली, पण वर्धमान त्याच्या वाटेवर अढळपणे चालत राहिला. एका तपानंतर त्याला साक्षात्कारी अनुभव आला. अर्थात महावीर वर्धमान केवळ स्वतःच्या उन्नतीवर समाधानी नव्हते. त्यांना सर्वसामान्यांच्या कल्याणाची आस होती. म्हणून पुढची तीस वर्षं आपल्या तत्त्वज्ञानाच्या प्रसारासाठी महावीरांनी देशभर भ्रमण केलं. अहिंसा, सत्य, अस्तेय, ब्रह्मचर्य आणि अपरिग्रह यांवर आधारलेलं हे तत्त्वज्ञान म्हणजे जैन धर्माचा पाया आहे. जीवनाचा दर्जा उंचावणं हे या तत्त्वज्ञानाचं अंतिम उद्दिष्ट आहे.

अहिंसा हे जैन धर्मातलं पहिलं सूत्र आहे. प्रत्येक माणूस स्वतःचं पावित्र्य आणि प्रतिष्ठा जपली जाण्याची अपेक्षा करतो. त्यामुळे त्यानं इतर प्रत्येक सजीवाचीही प्रतिष्ठा जपायला हवी आणि त्यासाठी शक्य तितक्या दयाळूपणे प्रत्येकाशी वागायला हवं. हिंसेचा विचारच हिंसेला जन्म देतो, त्यामुळे, 'सर्व प्राणिमात्रांप्रति दयाभाव बाळगा', असं अहिंसेचं सूत्र सांगतं. समाजात सलोखा राहण्यासाठी विचार, शब्द आणि कृती या तीनही गोष्टींमध्ये संपूर्ण सत्यता हवी, असं दुसरं म्हणजे सत्याचं सूत्र सांगतं. असत्यामुळे दुःख आणि वेदनांची निर्मिती होते. म्हणून सत्याचा मार्ग सोडू नका, त्यातूनच एकमेकांविषयीचा विश्वास वाढीला लागतो, असं महावीरांनी आग्रहपूर्वक सांगितलं आहे. अस्तेय म्हणजे चोरी न करणे. चोरी याचा अर्थ केवळ दुसऱ्याची वस्तू लुबाडणे, असा नव्हे. अयोग्य प्रकारे दुसऱ्यानं दिलेली वस्तूही घेऊ नये, असं अस्तेय हे सूत्र सांगतं. ब्रह्मचर्य सूत्र कामवासनांवर नियंत्रण ठेवण्याची शिकवण देतं, तर अपरिग्रह हे सूत्र संपत्तीचा मोह टाळण्याचा सल्ला देतं. केवळ भौतिक मालमत्ताच नव्हे, तर माणसं आणि ठिकाणांविषयीही अलिप्तता बाळगावी, असं हे सूत्र सांगतं.

सुखाचा शोध हा एक न संपणारा खेळ आहे, तेव्हा व्यक्तिगत भावना आणि असोशीला नियंत्रणात ठेवण्याची सवय आपण आपल्या मनाला लावली पाहिजे, अशी महावीरांची शिकवण होती. यातूनच माणसाला मानसिक शांतता, विवेक आणि आध्यात्मिक स्थैर्य लाभेल असा त्यांचा विश्वास होता. स्वतःची मालमत्ता करण्यावरही प्रत्येकानं स्वेच्छेनं नियंत्रण ठेवलं पाहिजे, असा त्यांचा आग्रह होता. सामाजिक न्याय आणि जीवनोपयोगी वस्तू आणि सेवांच्या समान वितरणासाठी ही गोष्ट अत्यावश्यक आह हे समाजमनावर बिंबवण्याचा प्रयत्न त्यांनी सातत्यानं केला. अमर्याद मालमत्ता गोळा करून बलवान आणि सधन लोकांनी दुर्बल आणि गरिबांचं शोषण करू नये, अशी महावीरांची शिकवण होती. असं झालं, तर समाजामध्ये संपत्तीचं असमान वाटप होतं आणि पर्यायानं दारिद्र्य वाढीला लागतं, हा इशाराही त्यांनी वेळोवेळी

दिला. या पाच सूत्रांचा अवलंब प्रत्येकानं स्वयंस्फूर्तीनं केला पाहिजे, असं महावीरांनी अनेकदा स्पष्ट केलं होतं. जीवनात मांगल्य, शांती, विवेक आणि स्थैर्य आणणाऱ्या या पंचसूत्रांच्या कार्यवाहीसाठी कोणत्याही बाह्य गोष्टीची किंवा कायद्याची मदत घेतली तर समाजात ढोंग आणि गुप्त गुन्हेगारी वृत्ती वाढीला लागण्याचा धोका आहे, असं त्यांचं मत होतं.

वयाच्या बहात्तराव्या वर्षी महावीरांचं निर्वाण झालं. महावीरांनी जैन धर्माच्या कक्षा विस्तारल्याच, पण त्यांनी संपूर्ण मानवतेलाही नैतिकतेचं अधिष्ठान दिलं. त्यांच्या विचारांचा मागोवा घेणं आजही श्रेयस्करच ठरेल.

◆

हनुमान जयंती

चैत्र शुद्ध पौर्णिमा म्हणजे 'हनुमान जयंती'. हनुमान हा श्रीरामांचा आदर्श सेवक म्हणून आपल्याला माहीत आहे; पण मुळात तो शक्तीचं, पराक्रमाचं प्रतीक आहे. हे लोकदैवत असल्यामुळे देशातल्या जवळ जवळ प्रत्येक गावात मारुतीचं देऊळ आपल्याला दिसतं.

हनुमान जयंतीच्या दिवशी मारुतीच्या लहान मोठ्या प्रत्येक देवळात जन्माचा उत्सव साजरा होतो. पहाटे सहा वाजता मारुतीचा जन्म झाला, असं परंपरा सांगते. मारुती हा रुद्राचा अवतार मानला जातो. वायूचा म्हणजे मरुताचा पुत्र म्हणून त्याला मारुती हे नाव पडलं. अंजनी ही मारुतीची आई, म्हणून त्याला अंजनीसूत असंही नाव आहे. जन्म झाल्या झाल्या उगवत्या सूर्याला फळ समजून ते घेण्यासाठी मारुतीनं आकाशात झेप घेतली अशी कथा आहे. यामुळे इंद्र रागावला आणि त्यानं मारुतीवर वज्र फेकलं. त्या अघातानं मारुतीची डावी हनुवटी मोडली आणि त्याला हनुमान हे नाव मिळालं.

'रामायण' किंवा 'महाभारत' या दोन्ही ग्रंथात मारुतीच्या जन्माचा दिवस नेमका सांगितलेला नाही. *अगस्त्य संहिता, आनंद रामायण* यासारख्या काही ग्रंथांमध्ये वेगवेगळ्या तिथींचा उल्लेख आहे. महाराष्ट्रात मात्र चैत्री पौर्णिमा हाच हनुमान जयंतीचा दिवस मानला जातो.

असं म्हणतात, की मुलगा व्हावा म्हणून दशरथानं जो पुत्रकामेष्टी यज्ञ केला,

तेव्हा मिळालेल्या प्रसादाचा एक भाग घारीनं पळवला. नंतर तो प्रसाद घारीच्या पंजातून निसटला आणि तपश्चर्येला बसलेल्या अंजनीच्या हातात पडला. त्या प्रसादामुळे तिच्या पोटी हनुमान जन्मला, असंही कथा सांगते.म्हणूनच रामावर हनुमानाची अपार भक्ती होती, असा भाविकांचा विश्वास आहे. लंका दहन, सीतेचा शोध, संजीवन वनस्पतीसाठी द्रोणागिरी पर्वत उचलून आणणे, रावणाचा पराजय अशा रामायणातल्या अनेक प्रसंगातून हनुमानाच्या महापराक्रमाची ओळख आपल्याला लहानपणापासूनच झाली आहे.

शिवरायांचं स्वराज्य महाराष्ट्रात निर्माण होण्याआधी परकीय सत्तांनी इथल्या जनतेचा तेजोभंग केला होता. सगळा प्रदेश निस्तेज झाला होता. ही परिस्थिती बदलण्यासाठी समर्थ रामदासांनी मारुतीच्या म्हणजेच बलाच्या उपासनेचा मंत्र इथल्या जनतेला दिला. अकरा मारुती मंदिरांची त्यांनी स्थापना केली. सगळा महाराष्ट्र पुन्हा एकदा चैतन्यानं रसरसला. शिवाजीमहाराजांच्या स्वराज्य स्थापनेलाही यामुळे बळ मिळालं. मारुती हे असं सामर्थ्य आणि चैतन्याचं दैवत आहे.

मारुती हा रक्षणकर्ताही आहे. तो अडचणी दूर करतो, संकटातून मुक्ती देतो, अशी भाविकांची श्रद्धा आहे. दर शनिवारीही मारुतीच्या देवळात भाविकांची गर्दी असते. हनुमान गावाचंही रक्षण करतो, अशी समजूत असल्यामुळे अनेक गावांच्या वेशीवरच मारुतीचं देऊळ असतं. सप्त चिरंजीवांपैकी मारुती एक असल्यानेही मारुतीची नियमित उपासना करणारे अनेक भाविक आहेत.

भाविकांनी शनी देवाशी हनुमानाचं नातं जोडलं आहे. म्हणून दर शनिवारी मारुतीचं दर्शन घेऊन तेल वाहण्याची प्रथा आहे. या विषयी एक कथा सांगितली जाते. रावणानं आपल्या सामर्थ्याच्या जोरावर अनेक देवदेवता आणि नवग्रहांना बंदिवासात ठेवलं होतं. लंका दहनाच्या वेळी हनुमानानं या सर्वांना मुक्त केलं. शनीची सुटका करताना मात्र माझी उपासना करणाऱ्यांना कधीही त्रास द्यायचा नाहीस, असं त्यानं बजावलं. म्हणून शनीची वक्रदृष्टी होऊ नये, यासाठी हनुमानाला आळवलं जातं.

हनुमान जयंतीच्या दिवशी पहाटे पाचपासूनच जन्माचा सोहळा सुरू होतो. कीर्तन आणि आरत्यांनी परिसर नादमय होऊन जातो. रामजन्माप्रमाणे हनुमान जन्मानंतरही प्रसाद म्हणून सुंठवडा वाटला जातो. अनेक भाविक मिठाई वाटतात. या दिवशी मारुतीला उडीद वड्यांचा नैवेद्य दाखवण्याची प्रथाही काही ठिकाणी आहे. धैर्य, पराक्रम, बुद्धी आणि अढळ भक्तीचं प्रतीक असलेला हनुमान भारतीय दैवत परंपरेत आणि भाविकांच्या हृदयात अढळ स्थानावर राहील, यात शंका नाही.

◆

गुड फ्रायडे आणि इस्टर संडे

ख्रिस्ती धर्माचं नवं तत्त्वज्ञान ज्यानं जगासमोर मांडलं त्या येशू ख्रिस्ताच्या समर्पणाची आठवण जागवणारा दिवस म्हणजे 'गुड फ्रायडे'. लोकांना जगण्याची नवीन दिशा दाखवण्यासाठी आपला जन्म आहे, आपण देवाचे प्रेषित आहोत, असं मानून येशूनं लोकांना मार्गदर्शन केलं. मात्र, काही लोकांनी येशूला कायम विरोध केला. सत्ताधीशांचे कान फुंकून त्याला देहान्ताची शिक्षा ठोठावली. येशूला दिलेली ही शिक्षा म्हणजे क्रौर्याची परिसीमा होती. या लोकांनी त्याला शिक्षेचा क्रूस स्वतः वाहायला लावला. मग त्याला क्रूसावर चढवून त्याच्या हातापायांना खिळे ठोकले गेले. येशूला ही मृत्युदंडाची शिक्षा दिली तो शुक्रवारचा दिवस होता. येशूनं केलेल्या या बलिदानाची स्मृती 'गुड फ्रायडे'ला जागवली जाते.

'गुड फ्रायडे'नंतरच्या रविवारी म्हणजे 'इस्टर संडे'ला येशू पुन्हा प्रकट झाला होता, अशी समजूत आहे. या दिवशी ख्रिस्ती बांधव चर्चमध्ये जमतात, प्रार्थना म्हणतात, एकमेकांना शुभेच्छाही देतात. येशूच्या पुनरुत्थानाबद्दलचा आनंद व्यक्त करण्याचा हा दिवस आहे. पुनरुत्थानाचं प्रतीक म्हणून अनेक ठिकाणी अंडी वाटली जातात. अंड्यातून नवा जीव निर्माण होतो, हे लक्षात घेऊन ही प्रथा सुरू झाली आहे. पूर्वी इस्टर साजरा करण्याविषयी अनेक ख्रिस्ती धर्मगुरूंची वेगवेगळी मतं होती. इसवी सन ३२५मध्ये याबाबत अंतिम निर्णय झाला. २१ मार्च नंतर जी पौर्णिमा येईल, त्या नंतरचा रविवार हा इस्टर संडे म्हणून साजरा करावा, असं सर्वानुमते ठरलं. तेव्हापासून हा दिवस उत्साहानं साजरा होतो आहे. ◆

अक्षय तृतीया

वैशाख शुद्ध तृतीया म्हणजे 'अक्षय तृतीया'. या दिवशी आपण जे करू, ते चिरकाल टिकतं, असं भारतीय परंपरा सांगते. अत्यंत शुभ अशा साडेतीन मुहूर्तांपैकी अक्षय तृतीया हा अर्धा मुहूर्त मानला जातो. नवी वास्तू, वाहन यांची खरेदी या दिवशी केली जाते. नव्या कामांचा, प्रकल्पांचा आरंभ या दिवशी केला जातो. या दिवशी केली जाणारी कृती यशदायी, लाभदायी ठरते, असा विश्वास असल्यानं अक्षय तृतीयेचा मुहूर्त चुकवला जात नाही.

अक्षय तृतीया हा दानाचाही दिवस आहे. या दिवशी वाडवडिलांच्या नावानं अन्न, पाणी आणि वस्त्रांचं दान दिलं जातं. यातही सर्वांत मोठं दान म्हणजे जलदान. वैशाख हा कडक उन्हाचा महिना. तहानेनं व्याकूळ झालेल्या जीवांना पाणी देण्यासारखं दुसरं सत्कृत्य कुठलं? म्हणूनच या दिवशी स्त्रिया जलकुंभाची पूजा करून तो दान देतात. अनेक लोक पाणपोया उघडतात. पशुपक्ष्यांची तहान भागवण्यासाठी अंगणात, गच्चीवर, बाल्कनीत, रस्त्याच्या कडेला पाणी ठेवलं जातं. तहान भागवण्यासोबत छत्री, पादत्राणं, पंखा अशा वस्तूही गरजूंना देण्याची पद्धत आहे.

अक्षय तृतीया हा वसंतोत्सवही आहे. सृष्टीचं वैभव या काळात ऐन बहरात आलेलं असतं. सगळीकडे रस-रंग-गंधांची मुक्त उधळण असते. हिरव्या रंगाच्या अनेकविध छटा आणि नाना प्रकारची फुलं पाहून कोकिळेच्या सुरेल कंठातून गाणं उमटू लागलेलं असतं. कैऱ्यांनी आम्रवृक्ष लगडलेले असतात. पक्ष्यांची या

झाडावरून त्या झाडावर लगबग सुरू असते.

चैत्रातल्या तृतीयेला आलेली गौर या दिवशी सासरी जायला निघते, अशी समजूत आहे. म्हणूनच चैत्रगौरीचं महिनाभर चाललेलं हळदीकुंकू या दिवशी मोठ्या उत्साहानं केलं जातं. कैरीची डाळ, पन्हं, पुरणपोळीचा नैवेद्य दाखवला जातो. विदर्भात तर अक्षय तृतीया हा दिवाळी सारखाच धामधुमीचा सण असतो. पुरण पोळी, चिंचेचं सार, डाळवडे, कढीभात, भजी, कानवले, कवठाची चटणी असा जेवणाचा जोरदार बेत असतो. ग्रामीण भागातही या सणाचा उत्साह मोठा असतो. बायका झाडाला झोके बांधून झोके घेत गाणी गातात. सगळी दु:खं विसरून सणाचा आनंद घेतात. संध्याकाळी जलाशयात गौरीचं विसर्जन करतात.

शेतकऱ्यांसाठीही अक्षय तृतीया हा महत्त्वाचा दिवस असतो. चैत्रातल्या उन्हात जमीन भाजून निघालेली असते. तिची रंध्र मोकळी झालेली असतात. आता शेतीच्या कामांना पुन्हा सुरुवात करायची असते. अक्षय तृतीया हा त्यासाठी चांगला मुहूर्त मानला जातो. होळीच्या राखेत घोळवून ठेवलेलं बी या दिवशी शेतकरी बाहेर काढतात. नांगरणी करून शेतीच्या कामांचा प्रारंभ केला जातो. अक्षय तृतीयेला नांगरणीनंतर पेरलेलं हे बी उत्तम उत्पन्न देतं, अशी शेतकऱ्यांची श्रद्धा आहे.

अक्षय तृतीयेला उसाचा रसही आवर्जून प्यायला जातो. त्या त्या ऋतूतल्या नैसर्गिक उत्पादनांचा आस्वाद घ्यायचा आणि आरोग्य चांगलं राखायचं, असा या मागचा हेतू आहे. या दिवशी जैन धर्मीय एकमेकांना उसाचा रस पाजतात. फार पूर्वी जैन तीर्थंकर ऋषभदेव यांनी हस्तिनापूरचा सम्राट श्रेयांस याच्याकडे उसाचा रस पिऊन उपास सोडला आणि त्या राजाच्या भोजनशाळेत अन्नधान्याच्या राशी जमा झाल्या, अशी कथा आहे. त्याची आठवण म्हणून रसपान करण्याची प्रथा जैन बांधव पाळतात.

याच दिवशी परशुराम जयंतीही असते. कोकणात चिपळूणजवळ परशुरामाचं मोठं मंदिर आहे. तिथे हा उत्सव मोठ्या प्रमाणात साजरा होतो.

आजच्या काळात शहरी भागात अक्षय तृतीयेचं महत्त्व सोन्याच्या किंवा घराच्या खरेदीसाठी अधिक आहे. आपल्याला जगवणाऱ्या शेतीच्या कामांची सुरुवात जिथे होते, त्या ग्रामीण भागात मात्र हा सण अजूनही मोठा आहे. निसर्गचक्राचं गणित लक्षात घेऊन कामांची आखणी करणाऱ्या शेतकऱ्यांप्रमाणे आपणही निसर्ग समजून घ्यायचा निश्चय या दिवशी करायला हवा आणि त्या दिशेनं पाऊलही उचलायला हवं.

◆

बुद्ध पौर्णिमा

वैशाखी पौर्णिमा ही तिच्या दाट, शीतल आणि जिवंत वाटणाऱ्या चांदण्यानं जशी उजळते, तशीच, खरं तर थोडी अधिक, ती 'बुद्ध पौर्णिमा' म्हणून तेजाळते. गौतमाला बोधीज्ञान प्राप्त होऊन सगळ्या जगाला गौतम बुद्धाची देणगी मिळाली, तो हा दिवस.

बौद्ध धर्म सगळ्या जगभर पसरलेला असला तरी दक्षिण आशियाई देशांमध्ये त्याची मुळं फार खोलवर रुजली आहेत. भारत ही तर गौतम बुद्धाची आणि म्हणूनच बौद्ध धर्माचीही जन्मभूमी. त्यामुळे भारतात बुद्ध जयंतीचं विशेष महत्त्व आहे. बुद्धाचा जन्म, त्याला झालेली साक्षात्कारी ज्ञानप्राप्ती आणि बुद्धाचं निर्वाण या सगळ्या गोष्टी वैशाखी पौर्णिमेच्याच दिवशी घडल्या. ही पौर्णिमा सर्वांसाठीच विशेष महत्त्वाची. कारण तिने सत्य, प्रेम आणि अहिंसेची शिकवण देणाऱ्या महात्मा बुद्धाला जन्म दिला.

राजा शुद्धोधन आणि राणी महामाया यांचा सिद्धार्थ हा पुत्र. दुःखाचा वाराही मुलाला लागू नये याची सर्वतोपरी काळजी राजानं घेतली होती आणि सगळ्या प्रकारचे ऐषोआराम त्याला पुरवले होते, पण राजवाड्याच्या भिंतींमध्ये सिद्धार्थाचा जीव रमेना. वडिलांना न सांगता आपल्या सारथ्यासह बाहेर पडलेल्या सिद्धार्थाला जगातलं दैन्य-दुःख प्रथमच दिसलं आणि तो मुळापासून हलला. मानवी आयुष्याचं हे रूप पाहून तो विलक्षण अस्वस्थ झाला आणि शेवटी जगण्याचा खरा अर्थ शोधण्यासाठी संपत्ती, प्रतिष्ठा, पत्नी, मुलगा हे सगळे बंध तोडून तो निर्धन, निर्मोही अवस्थेत

बाहेर पडला. काही वर्षांनंतर सिद्धार्थाला त्याच्या तपश्चर्येचं फळ मिळालं. गया येथे बोधिवृक्षाखाली चिंतन करताना त्याला जगण्याचा गाभा सापडला आणि सिद्धार्थ हा बुद्ध झाला. आपल्या शिकवणुकीच्या, साधेपणाच्या आणि प्रेमाच्या जोरावर बुद्धानं असंख्य अनुयायी निर्माण केले, मानवी आयुष्यातल्या दुःखावर मात करण्याची शिकवण लोकांना दिली. सत्य, प्रेम आणि अहिंसेच्या एकाच धाग्यात सर्व सजीवांना गुंफून जगणं सुंदर करण्याचा मंत्र त्यानं जगाला दिला.

बुद्धानं केवळ शिकवण दिली नाही, तर त्यानं ती आपल्या कृतीतून स्पष्ट केली. अपरिग्रह, संयम, शांती यासारख्या मूल्यांची बीजं बुद्धाच्या आचरणातून जनमानसात खरी रुजली. सत्यातून जन्मणाऱ्या निर्भयतेचं शस्त्र किती प्रभावी असतं, हे त्याच्या वर्तनातून सतत सिद्ध होत गेलं. सृष्टीशी एकरूप होऊन जगण्याची नीती बुद्धानं सातत्यानं अधोरेखित केली. अहिंसा केवळ मानवापुरती मर्यादित न ठेवता प्रत्येक सजीवापर्यंत तिचा विस्तार करण्याचं ध्येय बुद्धानंच जगापुढे ठेवलं. चल आणि अचल अशा सगळ्या गोष्टींसाठी पृथ्वी हे घर आहे आणि त्या प्रत्येक वस्तूचा पृथ्वीवर समान हक्क आहे, अशी बुद्धाची शिकवण आहे.

माणसाच्या बरोबरीनं इतर सजीवांच्या सुख, दुःख आणि आनंद या भावनांचा बुद्धानं नेहमीच आदर केला. माणसाप्रमाणे इतरही सजीवांना दुःख-वेदना नको असतात, त्यांनाही आनंदाच्या डोहात डुंबायचं असतं, हे लक्षात घेऊन या प्राणिमात्रांना इजा होईल, असं वर्तन कधीही न करण्याचा उपदेश बुद्धानं आपल्या अनुयायांना केला. झाडं, पानं, फुलं यांना मन नाही, असं आपण मानत असलो तरी त्यांना सन्मानाचीच वागणूक द्यायला हवी, ही गोष्टही बुद्धानं आग्रहानं सांगितली. माणूस आणि निसर्ग या दोन्हींच्या प्रती असलेली जबाबदारी लक्षात घेऊनच इतर प्रत्येक सजीवाशी आपण योग्य वर्तन ठेवलं पाहिजे, ही जाणीव बुद्धानं आपल्या अनुयायांना दिली.

पृथ्वीवर, समुद्रात आणि हवेत राहणारे सगळेच सजीव आपले सहचर असल्याचं बौद्धधर्म सांगतो. बुद्धधर्मानं पृथ्वी हाच आयुष्याचा एकमेव आधार असल्याचं स्पष्ट केलं आहे. बुद्धाची शिकवण आणि त्यामागचं शास्त्र या दोन्हीचा भर सर्व वस्तूंच्या, विशेषतः सगळ्या सजीवांच्या साहचर्यावर आहे. 'शक्य असल्यास इतरांना मदत करा, पण निदान त्यांना इजा पोचवू नका. त्यांचं संरक्षण करणं एवढीच आपली जबाबदारी नाही, तर त्यांच्या निवाऱ्यांचं नुकसान होऊ न देण्याची काळजीही आपण घ्यायला हवी', ही बुद्धाची शिकवण निसर्गापासून तुटत चाललेल्या आजच्या भोगवादी समाजानं मनःपूर्वक स्वीकारायला हवी.

बुद्धाचं जन्मस्थान असलेलं लुम्बिनी आणि सारनाथ, गया, सांची या ठिकाणी बुद्ध

पौर्णिमा विशेष उत्साहानं साजरी होते. अनेक ठिकाणचे मठ बौद्ध भिक्षूंनी गजबजून जातात. सारनाथ येथे ठिकठिकाणाहून बौद्धधर्मीय मोठ्या संख्येनं गोळा होतात. बुद्ध प्रतिमेची मनःपूर्वक पूजा, प्रार्थना होते आणि त्याच्या शिकवणुकीला उजाळा दिला जातो. ज्या बोधीवृक्षाखाली बुद्धाला ज्ञानप्राप्ती झाली, त्याचीही आदरपूर्वक पूजाअर्चा केली जाते.

वैशाखी पौर्णिमेला सिद्धार्थाला सत्याचा साक्षात्कार झाला आणि त्याचं जीवन अलौकिक पातळीवर पोचलं. आज सामाजिक विषमता आणि अस्वस्थता यांनी मानवी आयुष्यातली शांतता हिरावून घेतली आहे. अशा वेळी बुद्धाच्या शिकवणुकीच्या प्रकाशात आपल्या व्यक्तिगत आयुष्याकडे आणि आपल्या सामाजिक जबाबदारीकडे डोळसपणे पाहण्याची खरी गरज आहे. शांती आणि सुखाचा मार्ग त्यातूनच सापडेल.

◆

दशहरा

ज्येष्ठ शुद्ध प्रतिपदेपासून ज्येष्ठ शुद्ध दशमीपर्यंत शंकराच्या देवळात हा उत्सव साजरा होतो. या काळात अनेक मंदिरांमध्ये लघुरुद्र केले जातात. रुद्र हे शिवाचं एक स्तोत्र आहे. ते अकरा वेळा म्हटलं, की एक एकादशणी होते. अशा अकरा एकाशणींचा एक लघुरुद्र होतो. अकरा लघुरुद्रांचा एक महारुद्र आणि अकरा महारुद्रांचा एक अतिरुद्र होतो. या उत्सवात शिवाला अभिषेकही केला जातो. अभिषेक हे आपल्या ईश्वराप्रती असणाऱ्या भक्तीचं प्रतीक आहे. अभिषेकाच्या संतत धारेप्रमाणे आपलं मनही ईश्वरचरणी लीन असलं पाहिजे, असा याचा अर्थ. शिवाच्या उपासनेची अभिषेक ही एक पद्धत आहे.

दशहरा हा विशेषतः उत्तर भारतातला लोकप्रिय उत्सव आहे. ज्येष्ठ महिन्यातल्या या दहा दिवसांत गंगेच्या काठी तो उत्साहात साजरा होतो. गंगा ही भारताची महामाता आहे. फार प्राचीन काळापासून तिला पवित्र मानलं गेलं आहे. गंगेत स्नान केलं की सगळी पापं नष्ट होतात, अशी भाविकांची श्रद्धा आजही आहे. म्हणून दशहरा उत्सवाच्या काळात गंगेच्या तीरावरची अनेक तीर्थक्षेत्रं गर्दीनं फुलून जातात. या दिवशी गंगेत स्नान करून तिची पूजा करतात, तिला फळं, रत्नं अर्पण करतात.

गंगेचा उगम हिमालयात असल्याने ती स्वर्गीय नदी आहे, अशी प्राचीन काळी समजूत होती. ती पृथ्वीवर कशी आली याविषयी एक कथा आहे. गंगेनं शंतनू

राजाशी विवाह केला आणि आपल्या पतीसोबत ती आर्यावर्तात आली. तिच्या प्रवाहामुळे लोकांचं जीवन सुखी-आनंदी झालं, पण काही वर्षांनी गंगेचा प्रवाह लुप्त झाला. हा लुप्त झालेला प्रवाह पुन्हा पृथ्वीवर आणण्यासाठी भगीरथानं अपार परिश्रम घेतले आणि गंगा पुन्हा आर्यावर्तात अवतरली. भगीरथाच्या आधीच्या दोन पिढ्यांनाही जे शक्य झालं नव्हतं, ते भगीरथानं साध्य केलं. म्हणूनच 'भगीरथ प्रयत्न' हा शब्दप्रयोग रूढ झाला आहे. ज्येष्ठ शुद्ध दशमीला गंगा पुन्हा पृथ्वीवर आली. या दिवसाची आठवण म्हणून दशहरा साजरा होतो.

नदीकडे भारतीय परंपरेनं फक्त पाण्याचा स्रोत म्हणून पाहिलेलं नाही. नद्या या इथल्या लोकमाता आहेत, जीवनदायिनी आहेत. गंगा ही तर अत्यंत पवित्र नदी. तिनं सगळ्या उत्तर भारताचं पोषण केलं आहे. भारतासारख्या कृषिप्रधान देशात नद्यांच्या पाण्यावरच शेती फुलते. अन्नधान्य मिळतं. आता तर विद्युत निर्मितीच्या दृष्टीनंही नद्या महत्त्वाच्या आहेत. दशहरा हा उत्सव नद्यांचं हे महत्त्वच स्पष्ट करतो. गंगेचं पावित्र्य राखणं म्हणजेच तिला प्रदूषणापासून वाचवणं, तिचा प्रवाह खळाळता ठेवणं. दशहरासारख्या उत्सवांकडे या नव्या नजरेनं बघायला हवं.

◆

वटपौर्णिमा

ज्येष्ठ महिन्यातली पौर्णिमा म्हणजे 'वटपौर्णिमा'. या दिवशी सुवासिनी वडाच्या झाडाची पूजा करून एकमेकींना वाण देतात. हे व्रत महाराष्ट्रातच विशेषत्वाने पाळलं जातं. बंगाल प्रांतात याला सावित्री व्रत म्हणतात. तिथे बायका आपली पतीची पूजा करून त्याला नवं वस्त्र देतात. तिथे यमाची पूजा करण्याचाही प्रघात आहे. उत्तर भारतात ज्येष्ठातल्या अमावास्येला वटसावित्रीचं व्रत केलं जातं.सत्यवानाचे प्राण परत मिळवणाऱ्या सावित्रीची कथा वटपौर्णिमेच्या व्रताशी जोडलेली असली तरी मुळात ही वृक्षपूजा असावी. वृक्षपूजा हे भारतातलं धर्माचं आद्य स्वरूप आहे, असं म्हटलं तरी चालेल. मानवी आयुष्याचं भरणपोषण करणारे वृक्ष इथल्या आदिम परंपरेला पूजनीय वाटले नसते तरच नवल. फळं, औषधं, सावली देणारे, असंख्य पक्षी, कीटक यांना आश्रय पुरवणारे, भूमीच्या पोटातला जळाचा संचय कायम राखणारे वृक्ष त्या प्राचीन समूहांसाठी जीवनदाते होते.

कित्येक वर्षांचं आयुष्य असणारा, आपल्या असंख्य पारंब्या जमिनीत रुजवून जमिनीवर विस्तारणाऱ्या विशाल वटवृक्षामध्ये ब्रह्मा-विष्णू-महेश यांचं वास्तव्य असतं अशी प्राचीन भारतीयांची समजूत होती. या वृक्षाला देवत्व देण्यामागेही मुळात त्याचं निसर्गातलं स्थान आणि मानवी आयुष्यासाठीचं महत्त्व असणार.

आज खेडोपाडी वटपौर्णिमेच्या दिवशी स्त्रिया वडाच्या झाडाची पूजा करतात, सात जन्म हाच पती मिळावा, अशी प्रार्थना करतात. शहरात मात्र एकूणच झाडं

कमी झाली आहेत. वडाचं झाडं परिसरात असतंच असं नाही. मग वडाच्या फांद्या घरी आणून त्यांची पूजा केली जाते, मात्र यामुळे वडाच्या फांद्या सपासप कापल्या जातात आणि वृक्षपूजेचा मूळ उद्देश बाजूला पडतो.

वडाच्या झाडाखाली निष्प्राण अवस्थेत पडलेल्या सत्यवानाचे प्राण सावित्रीनं यमाकडून परत मिळवले, अशी कथा सांगितली जाते. या कथेतला सावित्रीचा पातिव्रत्य हा गुण नेहमी अधोरेखित केला जातो, पण सावित्री ही बुद्धिमान आणि कर्तृत्ववानही होती. मुलगा- मुलगी असा फरक न करता सावित्रीच्या आई- वडिलांनी तिला चांगलं शिक्षण दिलं. तिच्या आवडीचा वर शोधण्याचं स्वातंत्र्यही दिलं. सत्यवानाच्या आजाराबाबत पूर्ण माहिती असूनही सावित्रीनं त्याचे विचार आणि ज्ञान पाहून आणि त्याचं सुसंस्कृत व्यक्तिमत्त्व पाहून त्याच्याशी विवाह केला. रानात लाकडं तोडताना सत्यवान बेशुद्ध झाल्यावर तिनं आपलं वैद्यकीय ज्ञान पणाला लावून त्याचे प्राण वाचवले, नंतर आपल्या सासू- सासऱ्यांवर उपचार करून त्यांना दृष्टीलाभ दिला, हा खरा या गोष्टीचा गाभा आहे. चमत्कार म्हणून सावित्रीच्या कथेकडे बघण्यापेक्षा तिच्या गुणांना आणि कर्तृत्वाला आपल्या अंगी बाणवण्याचं वटपौर्णिमा हे निमित्त मानता येईल.

सावित्रीचं धाडस, तिचा निर्धार, तिचा आत्मविश्वास आणि कुटुंबाला संकटातून बाहेर काढण्यासाठीची तिची अथक धडपड, हे गुण आज एकविसाव्या शतकातही महत्त्वाचे आहेत. वटपौर्णिमेच्या व्रताकडे या दृष्टीनं पाहायला हवं. परंपरेतली सांकेतिकता पाळण्यापेक्षा किंवा परंपरेला निरर्थक समजून फाटा देण्यापेक्षा नव्या दृष्टीनं अनेक व्रत-वैकल्यांकडे पाहायला हवं. निदान वडाची फांदी आणून पूजा करण्यापेक्षा या दिवशी एखादं तरी झाड लावण्याचं व्रत पूर्ण करायला हवं.

◆

आषाढी एकादशी

हिंदू दिनदर्शिकेच्या प्रत्येक महिन्यात दोन एकादशी असतात. पहिली शुद्ध पक्षातली, तर दुसरी कृष्ण पक्षातली, पण आषाढ आणि कार्तिक महिन्यातल्या एकादशीचं विशेष महत्त्व आहे. त्यांना 'महाएकादशी' असंही म्हणतात. भगवान विष्णूच्या उपासनेची ही तिथी आहे. आषाढातल्या शुद्ध एकादशीला भगवान विष्णू झोपी जातात आणि चार महिन्यांनंतर कार्तिकी शुक्ल एकादशीला ते जागे होतात, असं भारतीय परंपरा मानते. म्हणून आषाढ शुद्ध एकादशी ही शयनी एकादशी आणि कार्तिक शुक्ल एकादशी ही 'प्रबोधिनी एकादशी' या नावानं ओळखली जाते. या समजुतीमागे एक लहानसं वास्तव आहे. आषाढापासून पावसाळा सुरू होतो. जवळ जवळ कार्तिक महिन्यापर्यंत पाऊस थोडाफार का होईना, पण असतोच. चातुर्मासाच्या म्हणजेच चार महिन्यांच्या या काळात सूर्यदर्शन होत नाही. वेदांनी विष्णू आणि सूर्य यांच्यात एकरूपता मानली आहे. सूर्य दिसत नसल्यामुळे विष्णू झोपी गेल्याची कल्पना परंपरेनं केली आहे.

एकादशीच्या दिवशी भाविक उपवास करतात. विष्णूच्या, विठ्ठलाच्या दर्शनाला जातात. या देवळांमध्ये आषाढी एकादशीच्या दिवशी कीर्तनं आणि भजनं दिवसभर चालू असतात. एकादशीचं माहात्म्य सांगणारी एक कथा पुराणात सांगितली आहे. प्रल्हादाचा नातू मृदुमान्य हा राक्षसी वृत्तीचा होता. त्यानं कठोर तपश्चर्या करून शंकराला प्रसन्न करून घेतलं. एक स्त्री सोडून तुला कुणाकडूनही

मृत्यू नाही, असा वर शंकरानं त्याला दिला. या वरामुळे मृदुमान्य फार उन्मत्त झाला आणि त्यानं देवांसह सगळ्यांवर अत्याचार करायला सुरुवात केली. ब्रह्मा, विष्णू, महेशही हतबल झाले. काय करावं, असा ते विचार करत असतानाच त्यांच्या श्वासातून एक शक्ती निर्माण झाली. त्या तेजस्वी शक्तीचं नाव एकादशी. तिनं मृदुमान्याशी युद्ध करून त्याला ठार केलं. तो दिवस आषाढी एकादशीचा होता. म्हणून एकादशीचं व्रत करण्याला सुरुवात झाली.

या दिवशी आपण उपवासाचे भरपूर पदार्थ खातो. त्यामुळेच 'एकादशी अन् दुप्पट खाशी', ही म्हण तयार झाली आहे. खरं तर उपास किंवा उपवास या शब्दाचा अर्थ आहे, उप म्हणजे जवळ आणि वास म्हणजे सान्निध्यात राहणे. म्हणजेच या दिवशी देवाजवळ बसणं, त्याचं नामस्मरण करणं अपेक्षित आहे. उपवासाद्वारे आपल्या मनावर नियंत्रण मिळवणं, मनातले विकार पुसून टाकणं हा उपवासामागचा उद्देश आहे.

आषाढी एकादशीचं महाराष्ट्रात मोठं महत्त्व आहे, ते इथल्या संत परंपरेमुळे. ज्ञानेश्वर- तुकारामांनी मराठी भूमीत जो वारकरी भक्ती संप्रदाय निर्माण केला, त्याचा महाराष्ट्रातल्या जनमानसावरचा प्रभाव आज सातशे वर्षं होऊन गेली तरी कायम आहे. आजही आषाढी एकादशीला पंढरपूर इथे मोठी यात्रा भरते. लाखो भाविक चंद्रभागेच्या वाळवंटात जमतात. विठूनामाचा गजर करत भक्तिरसात तल्लीन होतात. स्त्री-पुरुष, जाती-धर्म आणि लहान-थोर असे सगळे भेद बाजूला सारून विठ्ठलाच्या नामस्मरणात रंगून जातात.

आषाढ लागल्यापासूनच खेड्यापाड्यातील शेतकरी वर्गाला पंढरीची ओढ लागते. शेतात पेरलेलं बी उगवून वर आलेलं असतं. त्यामुळे निश्चित मनानं बाया-बापड्या वारीला निघतात. गळ्यात तुळशीमाला घालून, टाळ-मृदंग वाजवत आणि न्यानोबा- तुकारामांच्या आणि विठ्ठलाच्या नावाचा जयघोष करत पंढरीची वाट पकडणारे वारकरी महाराष्ट्राच्या कानाकोपऱ्यात आहेत. विठ्ठल हा विष्णुचाच अवतार आणि त्याचे भक्त हे वैष्णव. महाएकादाशीला बहुसंख्य वैष्णव विठ्ठलाच्या दर्शनासाठी पंढरपुरात येतात. आळंदीहून निघालेली ज्ञानदेवांची पालखी, देहूची तुकारामांची पालखी आणि पैठणची एकनाथ महाराजांची पालखी एकादशीला पंढरपुरात येऊन पोचतात.

महाराष्ट्रात वारकरी संप्रदायाचं विशेष महत्त्व आहे. ज्ञानेश्वर, तुकारामांसारख्या संतांनी कर्मकांडाच्या पलीकडच्या भक्तीचा संदेश सामान्य माणसांना दिला आणि जातीपातीची बंधनं तोडून विठूमाईच्या चरणी लीन होण्याचा

मार्ग दाखवला. माणसांची सेवा हीच खरी परमेश्वराची सेवा, हा मंत्र त्यांनी जनमानसात रुजवला. माणुसकी, भक्ती आणि समतेचा पुरस्कार संतांनी कायम केला. आषाढी एकादशीच्या दिवशी पंढरपुरात जमणारा भाविकांचा मेळा याचंच प्रतीक आहे.

ही वारीची परंपरा दरवर्षी आणखी जोर धरते आहे आणि शहरी, सुशिक्षित वर्गही त्यात सामील होतो आहे. वारीला जायला जमलं नाही तरी जवळपासच्या विठ्ठल मंदिरात जाणाऱ्या भक्तांची संख्याही महाराष्ट्रात मोठी आहे.

◆

गुरुपौर्णिमा

आषाढ महिन्यातली पौर्णिमा म्हणजे 'गुरुपौर्णिमा'. हिलाच 'व्यास पौर्णिमा' असंही म्हणतात. भारतीय संस्कृतीत गुरूचं स्थान सर्वश्रेष्ठ आहे. गुरू हा जीवनाला दिशा दाखवतो, गुरूशिवाय परमेश्वरही मदत करू शकत नाही, असं भारतीय परंपरा मानते. गुरूविषयीचा आदर व्यक्त करण्याचं आणि त्याच्या ऋणातून अंशतः मुक्त होण्याचं निमित्त म्हणजे गुरुपौर्णिमा.

'गुरुर्ब्रह्मा गुरुर्विष्णु गुरुर्देवो महेश्वरः, गुरू साक्षात्परब्रह्म तस्मै श्रीगुरवे नमः' हा श्लोक आपण शालेय वयापासून म्हणतो. गुरू हा प्रत्यक्ष परमेश्वर असल्याचा विश्वास या श्लोकात प्रकट झाला आहे. अर्थात गुरू म्हणजे फक्त शाळा-महाविद्यालयात शिक्षण देणारा शिक्षक, एवढाच अर्थ नाही. निसर्ग हाही आपला गुरू आहे. परोपकार, चिकाटी, समता, शिस्त, इतरांसाठी झिजण्याची तयारी अशा कितीतरी गोष्टी आपल्याला निसर्गातल्या विविध गोष्टी शिकवत असतात. ज्याच्याकडून काही शिकता येतं ती प्रत्येक गोष्ट गुरू असते. पुस्तकं हाही फार मोठा गुरू आहे. अनेक प्रकारचं ज्ञान, जगाकडे पाहण्याची विशाल दृष्टी पुस्तकं देतात. आई-वडील हेही आपले गुरूच असतात. साने गुरुजींनीही आईलाच आपला गुरू मानलं होतं. सेवावृत्तीची शिकवण त्यांना आईकडून मिळाली.

गुरुपौर्णिमा फार प्राचीन काळापासून साजरी केली जाते आहे. व्यास हे तर आद्य गुरू मानले जातात. त्यांनी १८ महापुराणं, १८ उपपुराणं आणि महाभारत,

भागवत, ब्रह्मसूत्रं अशी विपुल ग्रंथनिर्मिती केली. लोकांपुढे ज्ञानाचं विशाल भांडार खुलं केलं. व्यास मुनी आषाढी पौर्णिमेला शंकराच्या रूपात प्रकट झाले, अशी समजूत आहे. म्हणून या दिवशी व्यासांच्या प्रतिमेची पूजा करतात आणि या आद्य गुरूविषयीची कृतज्ञता व्यक्त करतात.

भारताच्या सांस्कृतिक इतिहासात गुरू-शिष्यांच्या अनेक जोड्यांची सुवर्णाक्षरात नोंद आहे. कृष्ण - अर्जुन, धौम्य ऋषी - आरूणी, द्रोणाचार्य - एकलव्य, रामकृष्ण परमहंस - विवेकानंद ही आपल्या परिचयाची नावं आहेत. शिवरायांनी आपल्या आईला गुरुस्थानी मानलं होतं. तिच्या प्रेरणेमुळेच त्यांनी स्वराज्य स्थापनेचं शिवधनुष्य उचललं. आपल्या गुरूविषयी आत्यंतिक निष्ठा बाळगणारे हे शिष्य आणि शिष्याचं आयुष्य घडवणारे हे गुरू यांच्या कथा आपण लहान वयापासून वाचत आलो आहोत. गुरू-शिष्य परंपरेचं मोल भारतासारखं इतरत्र क्वचितच असेल.

पूर्वी गुरुगृही राहून विद्यार्थी शिक्षण घ्यायचे. शिक्षण पूर्ण झालं की गुरूला दक्षिणा द्यायचे. आता ही पद्धत नसली तरी गुरूचं महत्त्व कमी झालेलं नाही. अजूनही शाळा-महाविद्यालयांमध्ये गुरुपौर्णिमेला शिक्षकांना वंदन करून आदरभाव व्यक्त केला जातो. मोठी माणसंही आपल्या गुरूला मुद्दाम जाऊन भेटतात. श्रीफळ अर्पण करून नमस्कार करतात.

गुरुपौर्णिमा देशात सगळीकडे साजरी केली जाते. शंकराचार्यांच्या सर्व पीठांमध्ये या दिवशी मोठा सोहळा असतो. इतरही अनेक धार्मिक- आध्यात्मिक संस्था हा उत्सव साजरा करतात. अर्थात या दिवशी गुरूला वंदन करणं एवढाच गुरुपौर्णिमेचा अर्थ नाही; गुरूची शिकवण कायम आचरणात आणणं खरं महत्त्वाचं आहे.

◆

नागपंचमी

श्रावण हा सणांचा- उत्सवांचा आणि व्रतवैकल्यांचा महिना आहे. या महिन्यात सृष्टी हिरवाईनं नटलेली असते. मुबलक चारा आणि पाणी मिळाल्यामुळे गाई-गुरं तृप्त असतात. पाखरं आनंदानं गाणी गात असतात. पावसाची रिमझिम चालू असते. सगळीकडे प्रसन्न, उत्साही वातावरण असतं. अशा वेळी स्त्रिया निरनिराळी व्रतं आणि कुळाचार पार पाडण्यात मग्न असतात.

नागपंचमी हा श्रावणातला महत्त्वाचा सण आहे. श्रावण शुद्ध पंचमी म्हणजे नागपंचमी. या दिवशी नागाची पूजा करायची. ग्रामीण भागात या सणाला जास्त महत्त्व आहे. नागाची पूजा करून त्याला दूध लाह्यांचा नैवेद्य दाखवण्यासाठी स्त्रिया एकत्र बाहेर पडतात. वारूळाचीही पूजा करतात. शहरी भागात गारुडी पंचमीच्या दिवशी नागाला टोपलीत घेऊन येतात. काही घरांमध्ये मातीचा नाग काढून त्याची पूजा करण्याचीही पद्धत आहे. काही ठिकाणी पाटावर रांगोळीनं नागाची आकृती रेखली जाते. खेडेगावात घराच्या भिंती शेणानं सारवून त्यावर नागाची आकृती काढली जाते.

आपल्या संस्कृतीनं नागाला देवत्व दिलं आहे. सर्व पशुपक्ष्यांविषयी भारतीय परंपरेला आदर असला तरी नागाचं स्थान विशेष आहे. एक तर नाग हा भारतातल्या आदिम समूहांच्या लेखी पृथ्वीपती आहे. वारूळ हे नागसर्पांचं निवासस्थान आहे; पण संस्कृतीच्या प्रारंभकाळी माणसानं वारूळ ही स्त्रीरूप भूमीची योनी असून त्यात

राहणारा सर्प हा भूमीला फळवतो, अशी कल्पना केली. भूमीतून उत्पादन मिळतं ते पृथ्वी आणि नाग यांच्या मीलनामुळे, असा या आदिम परंपरेचा विश्वास होता. भूमीला निर्माणक्षम बनवणाऱ्या नागाची पूजा करून त्याच्याविषयी कृतज्ञता व्यक्त करण्याचं नागपंचमी हे निमित्त आहे. नाग-सर्पांच्या विषाची भीती असल्यानंही आपल्याला त्यांच्यापासून अभय मिळावं म्हणून नागाची पूजा करायला सुरुवात झाली असावी.

नागाला दूध पाजलं की विषबाधा होत नाही, अशी अनेक ठिकाणी समजूत आहे. मात्र यात तथ्य नाही. मुळात सगळे सर्प विषारी नसतात. त्यामुळे नाग-साप दिसले की त्यांना मारून टाकणं योग्य नाही. कुठला नाग विषारी हे आपल्याला कळलं नाही, तरी त्याला न मारता जंगलात, शेतात सोडून द्यावं. नाग हा शेतकऱ्यांचा मित्र आहे. उंदीर हे त्याचं भक्ष्य असल्यामुळे शेतात नाग असतील तर उंदरांमुळे पिकाची नासाडी होण्याचा धोका टळतो. शिवाय नाग-सर्पांच्या जमिनीतल्या चलनवलनामुळे जमीन भुसभुशीत राहते. याचा उपयोग पीक चांगलं येण्यासाठी होतो.

नागपंचमीविषयी पुराणात अनेक कथा आहेत. एक कथा मात्र वर्षानुवर्षं सांगितली जाते आहे. मणिपूर नावाचं एक लहानसं गाव होतं. तिथे एक शेतकरी राहत होता. एक दिवस तो शेत नांगरत असताना नांगराचा फाळ शेतातल्या वारुळाला लागला आणि वारूळ उद्ध्वस्त झालं. वारुळातली नागाची पिल्लं मारली गेली. हे पाहून नागीण भयंकर चिडली. तिनं शेतकरी आणि त्याच्या कुटुंबातल्या सगळ्यांना विषारी दंश करून मारून टाकलं. शेतकऱ्याची एक मुलगी सासरी होती. तिला मारण्यासाठी नागीण तिच्या घरी गेली. त्या वेळी ती मुलगी पाटावर नागाचं चित्र काढून त्याची पूजा करत होती. पूजा झाल्यावर तिनं दुधाचा नैवेद्य दाखवून सर्वांना सुखी ठेव, अशी हात जोडून प्रार्थना केली. हे पाहून नागिणीचा राग शांत झाला. तिनं मुलीच्या कुटुंबीयांना पुन्हा जिवंत केलं. हा दिवस श्रावण शुद्ध पंचमीचा होता. तेव्हापासून श्रावणी पंचमीला नागपूजन करण्याची प्रथा सुरू झाली, असं म्हणतात. आपल्या हातून चुकूनही नागांना इजा पोहोचू नये, या भावनेनं या दिवशी चिरणे, कापणे, भाजणे, तळणे, नांगरणे या गोष्टी वर्ज्य समजल्या जातात. म्हणून या दिवशी पुरणपोळीऐवजी पुरणाचे दिंड करण्याची प्रथा आहे. पावसाळ्याच्या दिवसांत तेलकट, चमचमीत पदार्थांमुळे अपचन होऊ नये, हा कदाचित यामागचा उद्देश असू शकेल.

नाग-सर्पासारख्या प्राण्यांविषयी आदरभाव आणि कृतज्ञता व्यक्त करायला हवी

असा या आणि सगळ्याच प्राचीन कथांचा संदेश आहे. मात्र नागपूजेमागे एक मोठा इतिहासही आहे. आर्य लोक भारतात आले आणि गंगा- यमुनेच्या खोऱ्यात त्यांनी वास्तव्य केलं. काही काळानंतर त्यांची वस्ती विस्तारत पूर्वेकडे सरकू लागली. तिथे आधीपासूनच नागवंशाचे लोक राहत होते. त्यांनी आर्यांच्या अतिक्रमणाला विरोध केला. आर्यअनार्य यांच्यात युद्धं होऊ लागली. हा संघर्ष शेवटी आस्तिक ऋषींनी संपवला. आर्यअनार्य यांच्यात त्यांनी समेट घडवून आणला. नागवंश आर्यांमध्ये मिसळून गेला. या ऐक्याची आठवण म्हणून आर्यांच्या सणांमध्ये नागपूजेचा समावेश झाला असण्याची शक्यता आहे.

ग्रामीण भागात नागपंचमीची वेगळीच मौज असते. झाडांना झोपाळे बांधून स्त्रिया-मुली उंच उंच झोके घेतात. गाणी म्हणतात, झिम्मा-फुगड्या खेळतात. हातावर मेंदी रेखतात. नागपंचमीला म्हटल्या जाणाऱ्या पारंपरिक गीतांचा बाज वेगळाच असतो. या गीतांमध्ये नागाला भाऊ म्हटलं गेलं आहे. नागासारख्या प्राण्याविषयी परंपरेला वाटणारा जिव्हाळाच या नात्यातून स्पष्ट होतो.

हा सण भारतभर सगळीकडे साजरा होतो. फक्त साजरा करण्याची पद्धत आणि दिवस यात फरक आहे, इतकंच. हिमालयापासून केरळ पर्यंत ठिकठिकाणी अनेक नागमंदिरं आहेत. दक्षिण भारतात नाग हे कुलदैवतही आहे. नागपंचमीच्या दिवशी महाराष्ट्रात बत्तीस शिराळा या ठिकाणी मोठा उत्सव असतो. या भागातले लोक महिनाभर आधीपासून नाग पकडायला सुरुवात करतात. नागपंचमीच्या दिवशी इथे मोठी जत्रा भरते. मोठ्या संख्येनं पकडलेले हे नाग पाहण्यासाठी गावोगावहून लोक येतात. पंचमीनंतर नागांना परत जंगलात सोडून दिलं जातं. तरी सुद्धा हे नाग पकडताना त्यांना दुखापत होण्याची शक्यता असते. त्यामुळे आपल्या सणासाठी या प्राण्यांना इजा पोहचवण्यापेक्षा त्यांच्या संरक्षणावर भर द्यायला हवा. पाणवठे, जंगलं वाचवून त्यांचे निवारे राखले तर नागपंचमी खऱ्या अर्थानं साजरी होईल. निसर्गातला प्रत्येक घटक आपला सहचर आहे, त्याचं संवर्धन करायला हवं, हाच नागपंचमीचा संदेश आहे.

◆

नारळी पौर्णिमा - रक्षा बंधन

श्रावणातली पौर्णिमा ही 'राखी पौर्णिमा' किंवा 'नारळी पौर्णिमा' म्हणून ओळखली जाते. या दिवशी बहीण भावाला रेशमी धाग्याची राखी बांधते. भावानं बहिणीच्या रक्षणासाठी वेळ पडेल तेव्हा धावून जावं, असं सांगणारा हा सण आहे. बहीण-भावाच्या नात्याची वीण या सणाभोवती गुंफलेली आहे. इतिहासात या विषयीच्या अनेक कथा आहेत. मात्र मुळात हा सण राजा आणि प्रजा यांच्यातल्या नात्याचा आहे, हे स्पष्ट करणारे काही दाखले आहेत.

येन बद्धो बली राजा दानवेन्द्रो महाबल:।

तेन त्वामपि बंधामि रक्षे मा चल मा चल॥

ज्यानं राक्षसांवर विजय मिळवला, तो बळीराजा ज्या रक्षेनं बद्ध झाला, त्या रक्षेनं मी तुलाही बांधतो, असा या श्लोकाचा अर्थ आहे. तांदूळ, सोनं आणि पांढऱ्या मोहरीचे दाणे अशी पुरचुंडी राखी म्हणून राजाला देण्याचा पूर्वी प्रघात होता. ती देताना हा मंत्र म्हटला जात असे. प्रजेच्या वतीनं मंत्री ही पुरचुंडी राजाला देत असे. यामागे राजाचं कल्याण व्हावं आणि प्रजेचं रक्षण करण्यासाठी त्याला सामर्थ्य मिळावं, अशी भावना असे.

काही काळानंतर राजा आणि प्रजा यांच्या नात्याचा धागा जाऊन त्याची जागा बहीण-भावाच्या नात्यानं घेतली आणि रक्षाबंधन हा बहीण-भावाच्या प्रेमाचा प्रतीकात्मक सण बनला. इंद्राला एकदा राक्षसांकडून पराजय पत्करावा लागला.

या नंतर त्याच्या बहिणीनं त्याला राखी बांधली आणि इंद्राचं सामर्थ्य वाढून त्यानं परत असुरांचा पराभव केला, अशी एक कथा आहे. मुघल राजवटीच्या काळातही राजपूत स्त्रिया अनेकांना राखी बांधून भाऊ बनवत. संकटाच्या वेळी हे राखीबंद भाऊ आपल्या बहिणींच्या मदतीला येत असत. वेळप्रसंगी या स्त्रिया शत्रूच्या शिबिरात जाऊन आपली पतीच्या विरुद्ध लढणाऱ्या व्यक्तीच्या हातात राखी बांधायच्या. धर्म-जात असा फरक न मानता राखीचा मान राखण्यासाठी भाऊ आपल्या बहिणीचं संरक्षण करायचे. या संदर्भात राणी कर्मावतीची गोष्ट प्रसिद्ध आहे. गुजरातचा बादशहा बहादूरशहानं चितोडवर हल्ला केला तेव्हा कर्मावती चितोडचा कारभार पाहत होती. तिनं निकरानं लढा दिला, पण बहादूरशहाच्या सैन्यापुढे तिची ताकद कमी पडली. मग राणीनं बाबराचा मुलगा हुमायून याला राखी पाठवली आणि चितोडच्या रक्षणाला येण्याची विनंती केली. हुमायूनही राखीचा मान राखून कर्मावतीच्या मदतीला आला. दुर्दैवानं बहादूरशहानं तोवर कर्मावतीचा पराभव केला होता आणि राणीनं जोहार केला होता.

सिकंदरानं पोरस राजाचा पराभव केल्यानंतर तो सावित्रीचा भाऊ आहे, हे कळलं तेव्हाही सावित्रीकडून पूर्वी राखी बांधून घेतलेली असल्यामुळे सिकंदरानं पोरसाला मुक्त केलं आणि त्याचं राज्यही परत केलं, अशीही कथा आहे.

मुळातला उत्तर भारतात रुजलेला हा सण नंतर भारतभरात सगळीकडेच पोहोचला आणि राखीची पुरचुंडी देण्याऐवजी रेशमी धागा भावाच्या हातावर बांधला जाऊ लागला. या दिवशी बहिणी भावाला ओवाळतात. त्याला गोडधोड खाऊ घालतात. या दिवशी नारळी भात किंवा नारळाचा एखादा गोड पदार्थ करण्याची प्रथा आहे. भावाला राखी बांधल्यावर भाऊ बहिणीला ओवाळणी घालतो. ओवाळणी म्हणजे फक्त भेटवस्तू नव्हे. ते भावाच्या बहिणीवरच्या प्रेमाचं प्रतीक असतं. आजच्या काळातल्या समर्थ, सक्षम स्त्रीला संरक्षणापेक्षा समजूतदार प्रेमाचीच आवश्यकता असते. राखी पौर्णिमा हा असं वासनारहित प्रेम व्यक्त करण्याचा आणि जे दुर्बल असतील त्यांना आधार देण्याचा दिवस असतो.

राखी पौर्णिमेचा अर्थ आता बदलत्या काळानुसार आणखी विस्तारला आहे. अनाथ, वृद्ध, पोलीस, सैनिक, रुग्ण, अपंग अशा सगळ्यांना या दिवशी राखी बांधून सामाजिक आधार देण्याचे उपक्रम हल्ली राबवले जातात. माया, आपुलकी आणि जिव्हाळ्याचा हा धागा अनेकांच्या आयुष्याला उभारी देतो. एकूण राखी हे माणसामाणसांमधल्या स्नेहाचं प्रतीक आहे.

हाच दिवस भारताच्या किनारी प्रदेशात नारळी पौर्णिमा म्हणून साजरा केला

जातो. या प्रदेशात राहणाऱ्या लोकांची उपजीविका समुद्रावर अवलंबून असते. मासेमारी करून हे लोक आपलं पोट भरतात. आधीचे दोन महिने भरपूर पावसाचे आणि वादळाचे असतात. तेव्हा समुद्र खवळलेला असतो. त्या काळात कोळी लोक समुद्रात जात नाहीत. माशांच्या प्रजननालाही या काळात अवसर मिळतो. नारळी पौर्णिमेपासून समुद्र काहीसा शांत होऊ लागतो. आता परत समुद्रात होड्या घालायची वेळ झालेली असते. म्हणून या दिवशी समुद्राला नारळ अर्पण करून त्याची मनोभावे पूजा केली जाते. व्यापार आणि मासेमारी सुखरूप पार पडावी, अशी प्रार्थना केली जाते. इतके दिवस नांगरून ठेवलेली होडी सजवून तिचीही पूजा केली जाते.

या वेळी कोळ्यांच्या पारंपरिक नृत्य-गायनाला उधाण येतं. ही कोळीगीतं सगळीकडे लोकप्रिय झाली आहेत. निसर्गावर अवलंबून असणाऱ्या आणि त्याच्या चक्रानुसार आपल्या आयुष्याची घडी बसवणाऱ्या लोकसमूहांचा हा पारंपरिक उत्सव आहे. आता वाढत्या शहरीकरणासोबत या उत्सवावर रक्षाबंधनाची गडद मोहर उमटली आहे.

◆

गोकुळाष्टमी

भारतीय समाजमनावर शतकानुशतकं अधिराज्य गाजवणारी दोन आदर्श व्यक्तिमत्त्वं म्हणजे राम आणि कृष्ण. राम हा मर्यादा पुरुषोत्तम, तर श्रीकृष्ण हा युगपुरुष म्हणून ओळखला जातो. श्रावण वद्य अष्टमीला रात्री बारा वाजता कृष्णाचा जन्म झाला. म्हणून हा दिवस 'गोकुळाष्टमी' किंवा 'जन्माष्टमी' या नावानं ओळखला जातो.

कृष्ण हा विष्णूचा आठवा अवतार. देवकी-वासुदेव यांचा पुत्र म्हणून त्यानं जन्म घेतला. देवकीच्या मुलाच्या हातून आपला मृत्यू आहे, हे कळल्यामुळे कंसानं, म्हणजे देवकीच्या भावानं तिच्या सात मुलांना ठार केलं होतं. कंसाच्या कारागृहातच देवकीच्या आठव्या मुलाचा-कृष्णाचा- जन्म झाला. या मुलालाही कंस मारून टाकेल म्हणून वासुदेवानं तान्ह्या कृष्णाला रात्रीच्या काळोखाची आणि मुसळधार पावसाची पर्वा न करता यमुना पार करून गोकुळात पोचवलं. यशोदेकडे त्याला सोपवून त्यानं यशोदेच्या मुलीला सोबत नेलं. कंसानं या मुलीलाही मारण्याचा प्रयत्न केला; पण ती मुलगी त्याच्या हातून निसटली आणि ती आकाशात जाता जाता कंसाला म्हणाली, 'तुझा शत्रू गोकुळात निश्चिंत वाढतो आहे.'

कंसानं बालकृष्णाला मारण्याचेही अनेक प्रयत्न केले. पण कृष्णानं त्याचे सगळे डाव परतून लावले. कालिया आणि पूतनेचा वध करून त्यानं धैर्य आणि

पराक्रमाचा पाठ दिला. सुदाम्याचा मित्र होऊन त्यानं खऱ्या मैत्रीचा आदर्श समोर ठेवला. पांडवांची बाजू घेऊन त्यानं न्यायाला पाठिंबा दिला. कर्तव्य पूर्ण केल्यानंतर निर्मोहीपणानं बाजूला होण्याचा धडा त्यानं घालून दिला आणि फळाची अपेक्षा न करता काम करत राहण्याचा उपदेश करून त्यानं भारतीय संस्कृतीला एक असाधारण परिमाण प्राप्त करून दिलं. मानवी जीवनातल्या सगळ्या चढ-उतारांचा सामना करताना त्यानं स्वतः एक उत्तम आदर्श जगासमोर ठेवला. म्हणूनच तर कृष्ण हा पूर्णावतार आहे, असं म्हटलं जातं.

कृष्णजयंती किंवा गोकुळाष्टमीचा हा उत्सव भारतभरात अनेक ठिकाणी साजरा होतो. पण मथुरा, वृंदावन, द्वारका, पुरी, नाथद्वारा, उडपी या ठिकाणी या दिवशी विशेष धामधूम असते. अनेक भाविक, विशेषतः वैष्णव या दिवशी उपास करतात. मंदिरात सकाळपासून पूजाअर्चा आणि प्रवचनं चालू असतात.

कीर्तनानंतर रात्री बारा वाजता सजवलेल्या पाळण्यात कृष्णाची मूर्ती किंवा श्रीफळ ठेवतात. पाळणा म्हटल्यानंतर आरती होते. प्रसाद वाटला जातो. मग मोठ्या मंदिरांमध्ये कृष्णलीला सादर होते. अनेक मंदिरांमध्ये प्रतिपदेपासूनच भागवताचा पाठ, नृत्य-गायन, कीर्तन, भजन असे कार्यक्रम अष्टमीपर्यंत चालू असतात.

गोकुळाष्टमीचा दुसरा दिवस म्हणजे दही हंडी. महाराष्ट्रात काल्याचा म्हणजेच कृष्णजन्माच्या पारण्याचा हा सण मोठ्या जल्लोषाचा असतो. वर्गणी जमवून मातीची हंडी आणली जाते. त्यात दही भरून उंच दोरीला ती टांगली जाते. फुलांनी दोरी सजवली जाते. संध्याकाळच्या वेळी तरुणांचे गट हंड्या फोडण्यासाठी येतात. 'गोविंदा आला रे'चा गजर करत कित्येक फूट उंच बांधलेली हंडी फोडण्यासाठी मानवी मनोरे रचले जातात. लाखो रुपयांची बक्षिसं यासाठी लावली जातात. गेल्या काही वर्षांपासून पुण्या-मुंबईत दहीहंडीचा जोर वाढला आहे.

कृष्णाचं सगळंच आयुष्य नाट्यमय आहे; पण बालकृष्णाच्या लीला आज एकविसाव्या शतकातही आपल्या मनावरची मोहिनी टिकवून आहेत. त्यामुळेच गोकुळाष्टमीचा उत्सव अजूनही धूमधडाक्यात साजरा होतो.

◆

बैलपोळा

श्रावणातली अमावस्या म्हणजेच 'बैलपोळा'. कोकणात हा सण आषाढात साजरा करतात तर विदर्भ मराठवाड्यात काही ठिकाणी भाद्रपद अमावस्या हा पोळ्याचा दिवस असतो. या सणाला 'बेंदूर' असंही म्हटलं जातं. कर्नाटकात या दिवसालाच 'कारहुणवी' असं नाव आहे. मुळात ही पशू-पूजा आहे. निरनिराळ्या प्राण्यांविषयी माणसाला वाटणारा जिव्हाळा पशुपूजनातून त्यानं व्यक्त करून बघितला. पशुपालनानंतर माणसानं भटकं आयुष्य सोडून शेतीला सुरुवात केली. बैलांचा उपयोग शेतीसाठी होऊ शकतो, हे त्याला समजलं, तेव्हापासून हा सण साजरा होत असणार.

शेतकरी शेतात अन्नधान्य पिकवतो. त्यावरच जग जगतं. म्हणून शेतकऱ्याला अन्नदाता म्हणतात. शेतकरी बैलांची मदत घेऊन अन्न पिकवतात म्हणून त्यांच्या दृष्टीनं बैलांचं महत्त्व अपार आहे. बैलांच्या श्रमांची, त्यांच्या सहकार्याची कल्पना असल्यामुळेच वर्षातला एक दिवस त्यांना विश्रांती दिली जाते. पोळा हा असा बैलांविषयी कृतज्ञता व्यक्त करणारा दिवस असतो.

मृग नक्षत्र लागण्याआधी नांगरणी, वखरणी अशा कामांची घाई असते. बैलांना मुळीच सवड नसते. पाऊस पडल्यानंतरही पाभरणी-कुळणी या कामात बैल गुंतलेले असतात, पण त्यानंतर मात्र शेतात फार काम नसतं. अशा वेळी त्यांना आत्तापर्यंत झालेल्या श्रमातून मोकळं करायचं, त्यांना हिरवा चारा खाऊ घालून

धष्टपुष्ट करायचं असं शेतकरी ठरवतो आणि श्रावणी अमावास्येला तो बैलपोळा साजरा करतो.

या दिवशी सकाळीच शेतकरी बैलांना तेल लावून अंघोळ घालतात. या दिवशी त्यांचा कासरा सैल सोडला जातो. दुपारनंतर बैलांच्या अंगावर रंगीत नक्षी काढतात. पाठीवर झूल घालतात. शिंगांना बेगड लावतात, गोंडे बांधतात. सजवून झाल्यावर त्यांची पूजा केली जाते. ओवाळलं जातं. मग त्यांना पुरणपोळी खाऊ घालतात. संध्याकाळी वाजतगाजत त्यांची मिरवणूक काढतात. ढोल-ताशे-वाजंत्री लावून आणि फटके वाजवून त्यांना गावात मिरवत नेलं जातं. मग गावातल्या देवाच्या दर्शनाला त्यांना घेऊन जातात. देवाचं दर्शन आधी कोणाच्या बैलानं घ्यायचं याचे मानपानही ठरलेले असतात. पाटलाच्या बैलाला आधी दर्शनाचा मान मिळतो. मग बाकीबैलांचं दर्शन होतं. इतर लोकही या दिवशी मातीचे बैल करून त्यांची पूजा करतात. त्यांना गोडाचा नैवेद्य दाखवतात.

पोळ्याच्या दिवशी काही ठिकाणी 'पिठोरी' व्रतही केलं जातं. मुलांच्या कल्याणासाठी आईनं करण्याचं हे व्रत आहे. मुलांना आरोग्य, सुख-समृद्धी लाभावी म्हणून हे व्रत करतात. या दिवशी सप्त मातृका आणि चौसष्ट योगिनींची पूजा केली जाते. पुराणातल्या कथेनुसार यशोदेनं कृष्णाला कसलीही इडापिडा होऊ नये यासाठी हे व्रत केलं होतं.

शहरात या सणाचं महत्त्व नसलं तरी ग्रामीण भागात हा सण दणक्यात साजरा होतो. कारण शेतकऱ्यांच्या आयुष्यात बैलाचं स्थान फार मोठं आहे. आता यांत्रिक शेतीला सुरुवात झाली असली तरी सर्वसामान्य शेतकऱ्याच्या दृष्टीनं बैलाला पर्याय नाही. शेतीच्या अनेक कामात त्याची मदत होत असते. त्याच्या शेणाचा उपयोगही खत म्हणून होतो. अशा उपयुक्त प्राण्याला वर्षातला एक दिवस विश्रांती द्यावी, त्याचं कोडकौतुक करावं आणि त्याच्याविषयी कृतज्ञता व्यक्त करावी, असं शेतकऱ्यांना वाटणं साहजिक आहे. ज्याच्या जिवावर आपण अन्नधान्य पिकवतो, त्याच्याविषयी वाटणारा जिव्हाळा व्यक्त करणारा हा उत्सव गेली अनेक सहस्रकं साजरा होतो आहे, आपल्या शेतीप्रधान देशात या पुढेही तो होत राहील.

◆

१५ ऑगस्ट
भारताचा स्वातंत्र्य दिन

ब्रिटिशांची राजवट भारतात दीडशे वर्षांहून अधिक काळ होती. ही जुलमी राजवट दूर करण्यासाठी देशातले अनेक लोकनेते, सुधारक आणि सामान्य जनता या सर्वांनी जिवापाड प्रयत्न केले. पुरुषांच्या बरोबरीनं स्त्रियांनीही स्वातंत्र्य संग्रामात योगदान दिलं. देशाला परकीय जोखडातून मुक्त करण्यासाठी अनेकांनी हौतात्म्य पत्करलं. अखेर या पारतंत्र्याच्या बेडीतून भारत मुक्त झाला तो १५ ऑगस्ट १९४७ रोजी. तेव्हा पासून भारताचा स्वातंत्र्यदिवस या दिवशी मोठ्या उत्साहानं साजरा होतो.

१५ ऑगस्ट हा आपला राष्ट्रीय सण आहे. जगातल्या सर्वांत मोठ्या लोकशाही राष्ट्राचा जन्म या दिवशी झाला. देशाच्या कानाकोपऱ्यात हा सण साजरा केला जातो. देशाची राजधानी असलेल्या दिल्लीमध्ये या दिवशी मोठा समारंभ असतो. पंतप्रधानांच्या हस्ते लाल किल्ल्यावर अनेक मान्यवरांच्या उपस्थितीत राष्ट्रीय ध्वज फडकवला जातो. या वेळी पंतप्रधान देशातल्या जनतेला उद्देशून भाषण करतात. वर्षभरात देशाने विविध क्षेत्रात केलेल्या लक्षणीय कामगिरीचा आणि यशाचा उल्लेख करून भावी वाटचालीची दिशा भाषणात स्पष्ट केली जाते.

दिल्ली येथील या कार्यक्रमाखेरीज इतरत्रही सगळी शासकीय कार्यालयं, शैक्षणिक संस्था स्वातंत्र्यदिनाचा कार्यक्रम आयोजित करतात. औद्योगिक क्षेत्र, निवासी वसाहती अशा ठिकाणीही झेंडा फडकवला जातो. स्वातंत्र्यासाठी ज्यांनी

आयुष्य खर्ची घातलं, त्या सर्वांचं स्मरण केलं जातं. त्यांच्याविषयी कृतज्ञता व्यक्त केली जाते. आणि त्यांच्या प्रयत्नांमुळे मिळालेल्या स्वातंत्र्यावर पुन्हा पारतंत्र्याची सावली कधीही पडू नये, यासाठी झटण्याची शपथ घेतली जाते. नव्या काळाची आव्हानं लक्षात घेऊन देशाला अधिक प्रगत करण्यासाठी सगळ्यांनी एकजुटीनं प्रयत्न करण्याचं आवाहन केलं जातं. हा दिवस केंद्र सरकारनं सुट्टी म्हणून जाहीर केलेला आहे. त्यामुळे फक्त ध्वजवंदनासाठी शाळा, महाविद्यालयं आणि कार्यालयांमध्ये जाण्याची पद्धत आहे.

या राष्ट्रीय सणाचं वैशिष्ट्य म्हणजे या दिवशीच्या कार्यक्रमात लहान-थोर, स्त्रिया-पुरुष, सर्वसामान्य आणि उच्चपदस्थ अशा सगळ्यांचा सहभाग असतो. जात, धर्म, पंथ, भाषा असे सगळे भेद दूर ठेवून देशाचा स्वातंत्र्यदिन साजरा करायला सगळेजण भारतीय म्हणून एकत्र येतात. देशाभिमान आणि राष्ट्रभावना जागृत करणारा हा सण प्रत्येकासाठी प्रेरक असाच आहे.

◆

पतेती

पारशी हा जगातल्या प्राचीन धर्मपैकी एक. या धर्माचा उदय इराणमध्ये झाला. पारशी धर्मीय तीन प्रकारचे सण साजरे करतात. काही सण ऋतुचक्राशी जोडलेले आहेत, काही इतिहासातल्या घटनांची आठवण जागवणारे आहेत तर काही पूर्वजांच्या स्मृतीला आदरांजली वाहणारे आहेत. 'गहंबीर' हे ऋतुचक्राशी निगडीत सण आहेत. ते दर तीन महिन्यांनी येतात आणि पाच दिवस साजरे होतात. अहुरमझ्द या देवतेनं सृष्टी निर्माण केली, अशी पारशी लोकांची श्रद्धा आहे. या देवतेचे आभार मानण्यासाठी हे सण साजरे केले जातात.

'पतेती' हा नववर्षाचा सण आहे. 'पतेती' आणि 'नवरोज' हे एकमेकांना लागून असलेले सण आहेत. त्यामुळे याला 'पतेती- नवरोज' असंही नाव आहे. पारशी वर्षाच्या शेवटच्या सहा दिवसांत पतेती येतो. इंग्रजी दिनदर्शिकेनुसार तो ऑगस्टच्या शेवटी किंवा सप्टेंबर महिन्याच्या प्रारंभी येतो. पतेत ही पारशी धर्मीयांची पश्चात्ताप व्यक्त करणारी प्रार्थना आहे. या वरूनच पतेती हा शब्द तयार झाला आहे. वर्षभरात आपल्या हातून नकळत काही पापं किंवा चुका झाल्या असतील तर त्याविषयी पश्चात्ताप व्यक्त करण्याचा आणि क्षमा मागण्याचा उद्देश यामागे असतो. शिवाय या दिवशी नवीन वर्षासाठी शुभसंकल्प करण्याचाही प्रघात आहे.

पतेतीच्या काळात पारशी लोक सामूहिकरीत्या प्रार्थना करतात. 'अग्यारी' हे

पारशी धर्मीयांचे प्रार्थनास्थळ. याठिकाणी ही सामूहिक प्रार्थना होते. नवरोज हा पारशी वर्षाचा पहिला दिवस. तो दिवाळीसारख्याच उत्साहानं पारशी बांधव साजरा करतात. साधारणपणे २०-२१ ऑगस्टला नवरोज साजरा होतो. घर- अंगण साफ करून सर्वत्र सजावट केली जाते. शेतात आलेली नवी धान्यं, ताजा भाजीपाला, फळं-फुलं यांच्या साहाय्यानं ही सजावट केली जाते. नवे कपडे घालणं, मिष्टान्न भोजन करणं, करमणुकीचे कार्यक्रम आयोजित करणं, परस्परांना शुभेच्छा देणं या सगळ्या गोष्टी दिवाळीप्रमाणेच पार पडतात. या दिवशी घरी आलेल्या पाहुण्यांचं स्वागत गुलाबपाणी शिंपडून करण्याची पारशी धर्मात प्रथा आहे. स्वागतानंतर पाहुण्यांना आरसा दाखवतात. त्यात आपलं प्रतिबिंब पाहताना माणूस खुदकन हसतो. पुढचं सगळं वर्ष असंच हसत-खेळत पार पडावं असा यामागचा हेतू आहे.

या दिवशी पूर्वजांचं मनःपूर्वक स्मरणही केलं जातं. त्यांच्यामुळे आपल्याला चांगले दिवस पाहायला मिळाले आणि यापुढेही मिळत राहोत, यासाठी त्यांची प्रार्थना केली जाते. नव्या वर्षाला सामोरं जाताना मागच्या वर्षाचा आढावा घ्यायचा आणि झालेल्या चुका टाळून नव्या जोमानं पुढचं आयुष्य सुरू करायचं, अशी नवरोज-पतेतीची शिकवण आहे. जगणं अधिक सुखाचं- मानसिक समाधानाचं व्हावं, अशी प्रार्थना करणारा हा सण बदलत्या काळातही टिकून राहणारा आहे.

◆

गणेश चतुर्थी

'गणेश चतुर्थी' हा विघ्नहर्त्या गजाननाचा उत्सव. गणेश ही बुद्धी आणि पराक्रमाची देवता आहे. भारतीय दैवत मंडलात गणेशाला पहिलं स्थान आहे. तो सुखकर्ता आणि दुःखहर्ता आहे. तो संकटनाशक आहे, तो मंगलकारक आहे, तो कलांचा उद्गाता आहे आणि विद्यादाताही आहे. अशा या गणरायाचा भाद्रपदातला हा उत्सव महाराष्ट्र, कर्नाटक, आंध्रप्रदेश, तामिळनाडू, मध्यप्रदेश अशा अनेक राज्यात मोठ्या धामधुमीनं साजरा होतो.

गणेश पूजनाची परंपरा भारतासह कंबोडिया, जावा, सुमात्रा, इंडोनेशिया या पूर्वेकडच्या इतरही काही देशात आहे. कुठल्याही शुभकार्याचा आरंभ गणेशपूजनानं होतो. महाराष्ट्रात गणपतीची अनेक प्राचीन मंदिरं आहेत. अष्टविनायक तर फार प्रसिद्ध आहेत. मोरगाव, सिद्धटेक, पाली, महड, थेऊर, लेण्याद्री, ओझर, रांजणगाव या अष्टविनायकांच्या ठिकाणी वर्षभर भाविकांची गर्दी असते.

भाद्रपद शुक्ल चतुर्थीला साजऱ्या होणाऱ्या या उत्सवाशी संबंधित वेगवेगळ्या कथा आहेत. एका कथेनुसार, गणासुर नावाचा एक असुर फार उन्मत्त झाला होता. त्याचा त्रास असह्य झाल्यामुळे देव आणि मानवलोकातील सर्वांनी विष्णूला साकडं घातलं. मग विष्णूंनी स्वतःच शिव-पार्वतीचा पुत्र म्हणून जन्म घेतला आणि गणासुराचा वध केला. हा दिवस भाद्रपद शुक्ल चतुर्थीचा होता. गणेशाच्या या पराक्रमाची आठवण म्हणून हा उत्सव साजरा केला जातो. दुसऱ्या

आख्यायिकेनुसार त्रिपुरासुरानं शंकराकडून वर मिळवून सगळ्यांना त्रस्त करून सोडलं होतं. एकदा तर त्यानं शंकरालाच आव्हान दिलं. गणपती वडिलांच्या मदतीला उभा राहिला. तो आणि शंकर त्रिपुरासुराशी लढत असताना पार्वती माहेरी म्हणजे हिमालयावर गेली, पण तिला गणेशाची फार आठवण यायला लागली. आपली व्याकुळता कमी करण्यासाठी तिनं मातीपासून गणपतीची मूर्ती बनवून समोर ठेवली आणि त्याला विजय मिळावा अशी प्रार्थना केली. तो दिवस श्रावण शुद्ध चतुर्थीचा होता. शेवटी असुरावर विजय मिळवून गणपती आईच्या भेटीला आला. तो भाद्रपद शुद्ध चतुर्थीचा दिवस होता. गणपती पराक्रम गाजवून घरी आला, म्हणून ही चतुर्थी साजरी करण्याची प्रथा सुरू झाली, असं ही कथा सांगते.

गणेश चतुर्थीच्या दिवशी चंद्रदर्शन घेतलं तर चोरीचा आळ येतो, अशी समजूत आहे. यामागे एक आख्यायिका आहे. उंदीर हे गणेशाचं वाहन. एकदा उंदरावर बसून चाललेला गणपती तोल जाऊन पडला. हे पाहून चंद्र हसला. त्यामुळे गणपती रागावला आणि त्यानं चंद्राला शाप दिला. गणेश चतुर्थीला जो तुझा चेहरा पाहील, त्याच्यावर चोरीचा आरोप होईल, असा तो शाप होता. कृष्णानं लहान वयात नेमका याच दिवशी चंद्र पहिला आणि पुढे अनेक वर्षांनी सत्यजित नावाच्या यादवाजवळचा स्यमंतक मणी चोरल्याचा आळ त्याच्यावर आला. अर्थात जाम्बवान या अस्वलाशी युद्ध करून कृष्णानं हा मणी परत मिळवला आणि सत्यजीताकडे तो सुपूर्त केला, अशी ही कथा आहे.

गणेश चतुर्थीच्या दिवशी घरोघरी गणपतीच्या मूर्तीची प्रतिष्ठापना केली जाते. गणेशाला मोदक प्रिय असल्याने २१ मोदकांचा नैवेद्य दाखवला जातो. दूर्वा, कमळ, केवडा, जास्वंद, इतर पानं यांनी गणेशाची षोडशोपचारे पूजा केली जाते. शेंदूर आणि गुलाल गणेशाला लावला जातो. अथर्वशीर्षाची २१ आवर्तनं केली जातात. कर्पूरारती केली जाते. घरातली सगळी लहानथोर मंडळी या पूजेला हजर असतात. गणेशानं सगळी विघ्नं दूर करून सौख्य, यश आणि मांगल्य घरात आणावं, अशी मनोभावे प्रार्थनाही केली जाते.

मोरया गोसावी हे गणेशाचे परमभक्त म्हणून ओळखले जातात. पुण्याजवळ चिंचवडमध्ये त्यांची समाधी आहे. 'गणपती बाप्पा मोरया' या जयघोषात या गणेशभक्ताचंही नामस्मरण केलं जातं.

गणेश चतुर्थीपासून अनंत चतुर्दशीपर्यंत दहा दिवस गणपती हा पृथ्वीवरचा पाहुणा असतो. म्हणून हा उत्सव दहा दिवसांचा असतो. अर्थात प्रत्येक कुटुंबाच्या रीतीनुसार अर्धा दिवा, दीड दिवस, पाच दिवस किंवा सात दिवस हा उत्सव असतो.

हे दहा दिवस सकाळ-संध्याकाळ गणपतीची आरती केली जाते. गोडाचा नैवेद्य दाखवला जातो. आरतीसाठी मित्रमंडळी- नातेवाईक यांना आमंत्रित केलं जातं. या उत्सवाला सार्वजनिक स्वरूप दिलं ते लोकमान्य टिळकांनी. पारतंत्र्याच्या काळात लोकांना संघटित करावं, त्यांना स्फूर्ती आणि चेतना मिळावी या हेतूनं टिळकांनी ही प्रथा १८९३मधे सुरू केली. आता शतक उलटून गेल्यावरही सार्वजनिक गणेशोत्सवाचा उत्साह टिकून आहे.

पुण्या-मुंबईतल्या गणेशोत्सवाचा थाट तर फार मोठा असतो. गणेशाच्या विविध रूपातल्या आकर्षक मूर्ती, भव्य ऐतिहासिक, पौराणिक आणि सामाजिक देखावे आणि विद्युत रोषणाई हे इथल्या गणेशोत्सवाचं वैशिष्ट्य आहे. हे देखावे पाहण्यासाठी गावोगावचे लोक पुण्यात येतात. उत्सवाच्या काळात नृत्य, गायन, व्याख्यानं असे अनेक सांस्कृतिक कार्यक्रमही आयोजित केले जातात. गेल्या दहा वर्षांपासून 'पुणे फेस्टिवल' साजरा होऊ लागला आहे. विविध राज्यांमधले कलाकार आपली कला या फेस्टिवलमध्ये सादर करतात. कोकणातला गणेशोत्सवही महत्त्वाचा असतो. शहरांमध्ये नोकरीसाठी आलेले कोकणातले लोक या उत्सवाच्या वेळी सुट्टी घेऊन गावी जातात.

अनंत चतुर्दशीच्या दिवशी अनेक घरांमध्ये अनंताचं व्रत करण्याची प्रथा आहे. हे विष्णूचं व्रत आहे. हे व्रत १४ वर्षं करावं अशी श्रद्धा आहे. विष्णूची पूजा करून १४ गाठी असलेला सुती किंवा रेशमी धागा या दिवशी हातात बांधतात. या व्रताशी निगडीत एक कथा आहे. कौण्डिण्य ऋषींनी खूप परिश्रम घेऊन ज्ञान मिळवलं, पण त्यांना आपल्या ज्ञानाचा गर्व झाला. कसलाही विवेक न बाळगता त्यांनी त्यांच्या पत्नीनं हातात बांधलेला अनंताचा धागा तोडून टाकला. ऋषींच्या अहंकारामुळे सगळ्यांनी हळूहळू त्यांच्याकडे पाठ फिरवली. मग कौण्डिण्यांना पश्चात्ताप झाला. विष्णूंना शेवटी त्यांची दया आली. ब्राह्मणाचं रूप घेऊन ते ऋषींकडे आले आणि विश्वाचं चिरंतन सत्य त्यांनी कौण्डिण्यांना सांगितलं, असं ही कथा सांगते.

अनंत चतुर्दशीच्या दिवशी दुपारी बारा वाजता गणपतीची विसर्जन मिरवणूक निघते. घरातले गणपतीही 'गणपती बाप्पा मोरया, पुढच्या वर्षी लवकर या,' असं म्हणत जलाशयात विसर्जित केले जातात. पुणे आणि मुंबई या दोन्ही शहरात ही मिरवणूकही पाहण्याजोगी असते. कधी कधी ही मिरवणूक २४ ते ३६ तासही चालते. ढोल-ताशांचा गजर, लेझीम पथकं, स्त्रियांच्या फुगड्या आणि इतर खेळ यांच्या सोबतीनं मिरवणूक शेवटाला येते आणि गणेशाचं नदी किंवा समुद्रात विसर्जन होतं. मिरवणूक पाहण्यासाठी विसर्जन मार्गावर लोकांची प्रचंड गर्दी

असते. गेल्या काही वर्षांपासून गणेशोत्सव आणि विसर्जन मिरवणुकीला ध्वनी, पाणी आणि हवेचं प्रदूषण, राजकारण, अतिरेकी कारवायांची भीती आणि एकूणच असुरक्षिततेचं गालबोट लागलं आहे. ज्या उदात्त हेतूनं हा उत्सव सुरू झाला, ती उदात्त भावना परत जागवण्याची जबाबदारी नव्या पिढीनं उचलायला हवी.

◆

गौरी–महालक्ष्मी पूजन

गणेश उत्सवाशी जोडलेला असा गौरी किंवा महालक्ष्मी पूजनाचा सण आहे. महाराष्ट्रातला हा फार महत्त्वाचा सण आहे. महाराष्ट्राच्या विविध भागात थोड्याफार फरकानं गौरीपूजा केली जाते, पण मुळात गौरी ही माहेरवाशीण आहे, अशी समजूत आहे. म्हणून माहेरी आलेल्या लेकीप्रमाणे तिचं सगळ्याच ठिकाणी खूप कोडकौतुक केलं जातं.

भाद्रपदाच्या शुक्ल पक्षात अनुराधा नक्षत्रावर महालक्ष्मी किंवा गौरींचं आगमन होतं. दुसऱ्या दिवशी ज्येष्ठा नक्षत्रावर त्यांचं पूजन होतं आणि तिसऱ्या दिवशी मूळ नक्षत्रावर त्यांचं विसर्जन होतं. या गणेशाच्या बहिणी आहेत, असं काही ठिकाणी मानतात तर त्या रिद्धी-सिद्धी म्हणजे गणपतीच्या पत्नी आहेत, अशी काही ठिकाणी समजूत आहे.

या सणासंबंधी पुराणात एक कथा आहे. फार वर्षांपूर्वी कोलासुर नावाचा एक राक्षस होता. तो स्त्रियांना फार त्रास द्यायचा. त्याच्या त्रासानं गांजलेल्या स्त्रिया एकत्र आल्या आणि त्यांनी ब्रह्मा-विष्णू-महेशाची प्रार्थना केली. या तिघांनी कोलासुराच्या त्रासातून स्त्रियांना मुक्त करण्याचं काम विष्णुपत्नी महालक्ष्मीवर सोपवलं. तिनं कोलासुराशी युद्ध करून त्याचा वध केला आणि स्त्रियांना संकटातून सोडवलं. महालक्ष्मीच्या या पराक्रमाची आणि तिनं स्त्रियांवर केलेल्या उपकारांची आठवण म्हणून गौरी पूजन केलं जातं, असं ही कथा सांगते.

घरोघरी महालक्ष्मी वेगवेगळ्या प्रकारच्या असतात. कुणाकडे उभ्या असतात. कुणाकडे खड्यांच्या असतात, तर काही जणांकडे छोटं रोप महालक्ष्मी म्हणून पूजलं जातं. काही घरांमध्ये सुगडावर चेहरा रेखून त्याची गौर म्हणून पूजा होते. काही घरांमध्ये तांब्या-भांड्यावर असा चेहरा रेखला जातो. उभ्या गौरींच्या बाबतीतही काही घरांमध्ये पितळी तर काही घरांमध्ये शाडूचे म्हणजेच मातीचे मुखवटे असतात. खड्याच्या गौरी असतील तर हे खडे साधारणतः नदी किंवा जलाशयावरून ताम्हनात घालून आणतात. हल्ली शहरीकरणामुळे हे शक्य होत नाही. मग बागेतून किंवा अंगणातून सात खडे आणतात. खडे आणताना बायकांनी बोलायचं नाही किंवा मागे वळून बघायचं नाही असा संकेत आहे. मुखवटे असतील तर ते एखाद्या तबकात ठेवून त्यांवर खण पांघरला जातो. आघाडा आणि फुलं वाहून त्यांची पूजा होते. मग हे मुखवटे घराबाहेर नेऊन मग आत आणले जातात. आणताना उंबऱ्याशी घरातली दुसरी सुवासिनी गौरी घेऊन येणाऱ्या स्त्रीच्या पायावर दूध आणि पाणी घालते. गौरीला हळदकुंकू लावून औक्षण करते. तांदळाचं माप ओलांडून गौरीला आत आणलं जातं.

गौरी म्हणून खडे आणण्याच्या प्रथेमागे एक कथा आहे. फार पूर्वी सिंदूरपुरात नरांतक नावाचा दैत्य राज्य करत होता. त्यानं अनेक स्त्रियांना बंदिवासात ठेवलं होतं. हे कळल्यावर गणपतीनं रिद्धी-सिद्धी आणि त्यांच्या काही मैत्रिणीच्या मदतीनं नरांतकाशी युद्ध केलं. नरांतकाचा वध करून तुरुंगात ठेवलेल्या स्त्रियांची गणपतीनं सुटका केली. या लढाईत सात स्त्रियांनी मोठा पराक्रम केला म्हणून त्यांच्या आठवणीसाठी सात खडे आणून पूजले जातात, असं ही कथा सांगते.

गौरी घरात आली की तिला घरात सगळीकडे फिरवलं जातं. आधीच हळद-कुंकवाची पावलं घरात सगळीकडे काढलेली असतात. दुभत्याचं ठिकाण, धान्याचे डबे, ओटा, कोठीघर, कपड्याचं कपाट, तिजोरी, पुस्तकं-वह्या ठेवलेली जागा तिला दाखवल्या जातात. 'महालक्ष्मी आली- सोन्याची पावलं झाली,' असं म्हणत तिला प्रत्येक ठिकाणी नेलं जातं. महालक्ष्मीच्या कृपेनं सगळीकडे भरभराट व्हावी असा यामागचा उद्देश असतो. शेताशिवारातली समृद्धी वाढावी असाच या सणाचा मूळ हेतू आहे.

उभ्या गौरी असतील तर त्यांना आरास केलेल्या जागी ठेवलं जातं. खड्याच्या गौरी असतील तर हे खडे वाटीत घालून देव्हाऱ्यात ठेवले जातात. उभ्या गौरींचा थाट वेगळाच असतो. त्यांच्यापुढे फळं, भाज्या फराळाचे पदार्थ ठेवले जातात. रांगोळी काढली जाते. गौरीपाशी सतत एक दिवा तेवता ठेवतात. उभ्या गौरी

असतील तर त्या दोघी जणी असतात. एक 'ज्येष्ठा' तर दुसरी 'कनिष्ठा' असते. दर वर्षी या दोघींना नव्या साड्या विकत घेऊन नेसवण्याची प्रथा आहे. नंतर या साड्या घरातल्या स्त्रिया नेसतात. गौरींना नथ, कंबरपट्टा, बांगड्या, मंगळसूत्र, ठुशी, मोत्याच्या माळा असे अनेक प्रकारचे दागिने घालतात. गौरींची ही सजावट तर देखणी असतेच; पण त्यांच्या रसरशीत, तेजःपुंज रूपामुळे घरातही प्रसन्न वातावरण निर्माण होतं.

गौरी आवाहनाच्या दिवशी त्यांना भाकरी आणि पालेभाजीचा नैवेद्य दाखवला जातो. काही घरांमध्ये मेथीची तर काही ठिकाणी शेपूची भाजी करतात. परगावाहून आलेल्या पाहुण्याला प्रवासातून दमून आल्यानंतर साधं जेवण द्यावं, म्हणून या पाहुण्यांनाही भाजी-भाकरीचा नैवेद्य दाखवायचा. या दिवशी सकाळ-संध्याकाळ आरती असते. दुसऱ्या दिवशी म्हणजे गौरी पूजनाच्या दिवशी सोळा भाज्या, कोशिंबिरी आणि पुरणपोळीचं जेवण असतं. काही ठिकाणी पंचपक्वान्न तर काही ठिकाणी घावन घाटलं करतात. जेवायला सवाष्ण बोलावली जाते. काही घरांमध्ये दोन सवाष्णी असतात. सवाष्णीची खणा-नारळानं ओटी भरली जाते. संध्याकाळी हळदीकुंकू असतं. प्रसाद म्हणून साखर-खोबरं किंवा साखरफुटाणे दिले जातात. एकमेकींकडे जाणं, आरास बघणं यात स्त्रिया दंग असतात. वर्षभर सोसाव्या लागणाऱ्या सगळ्या अडचणी, हालअपेष्टा विसरून स्त्रिया गौरीचा सण साजरा करतात. विशेषतः ग्रामीण भागात हा सण म्हणजे त्यांच्या जिवाला थोडा विसावा असतो. तिसऱ्या दिवशी गौरींचं विसर्जन होतं. जाण्यापूर्वी तिला खीर-कानोल्याचा नैवेद्य असतो. अनेक ठिकाणी गणपती आणि गौरी एकत्रच विसर्जित होतात. उभ्या गौरींवर फक्त अक्षता टाकली जाते. मग मुखवटे उतरवतात आणि आरास आवरून ठेवतात. खडे असतील तर त्यांचं जलाशयात विसर्जन केलं जातं.

गौरी किंवा महालक्ष्मी हा पुण्या- मुंबईपेक्षा मराठवाडा आणि विदर्भातला अधिक मोठा सण आहे. तिथे गौरींची आरासही मोठी आणि आकर्षक असते. या माहेरवाशिणी सासरी गेल्या की मात्र घर सुनं होतं. घराला जिवंतपणा आणणारा असा दुसरा सण नाही.

◆

सर्वपित्री अमावस्या

हिंदू संस्कृतीत अमावस्या अशुभ मानली जाते. कारण या दिवशी चंद्रदर्शन होत नाही, पण काही अमावस्या मात्र महत्त्वाच्या असतात. श्रावणी अमावास्येला पोळ्याचा सण असतो, अश्विन अमावस्या हा तर लक्ष्मीपूजनाचा दिवस असतो आणि भाद्रपदातली अमावस्या ही 'सर्वपित्री अमावस्या' म्हणून ओळखली जाते.

वैज्ञानिकदृष्ट्या या दिवशी चंद्र आणि सूर्य एकाच नक्षत्रात येतात म्हणजेच त्यांची युती असते. त्यांचे उदयास्त बहुतांशी एकाच वेळी होत असल्याने आणि पृथ्वीच्या बाजूचा चंद्राचा भाग अप्रकाशित असल्याने चंद्रदर्शन होत नाही. चंद्राचा हा अप्रकाशित भाग प्रकाशात येऊ लागेपर्यंत अमावस्या असते, असं मानतात.

सर्वपित्री अमावस्या हा कुटुंबातल्या पूर्वजांच्या स्मरणाचा दिवस आहे. हिंदू संस्कृतीत विश्वात सात लोक आहेत अशी श्रद्धा आहे. स्वर्ग, पृथ्वी, पाताळ हे त्यापैकी तीन. सर्वपित्री अमावास्येला पितृलोकातल्या व्यक्तींना तर्पण द्यायचं अशी प्रथा आहे. अनंत चतुर्दशीच्या दुसऱ्या दिवशीची पौर्णिमा झाली की जो पंधरवडा सुरू होतो, तो पितृपंधरवडा म्हणून ओळखला जातो. घरातली वडीलधारी माणसं दिवंगत झाली असतील तर ज्या तिथीला त्यांचं निधन झालं असेल, त्या तिथीला त्यांच्या स्मरणार्थ पिंडदान केलं जातं. तांदळाची खीर आणि वडे करून काकबली दिला जातो. गरजूंना अन्नदान किंवा इतरही मदत केली जाते. या पंधरा दिवसांत

कोणतंही शुभकार्य केलं जात नाही. नव्या कामाचा आरंभ किंवा खरेदीही केली जात नाही.

सर्वपित्रीला मात्र सगळ्या पूर्वजांचं स्मरण करून त्यांची पूजा करायची. या दिवशी दिवंगत पूर्वजांचे आत्मे आपल्याकडे येतात अशी समजूत आहे. म्हणून त्यांचा आदर सत्कार करण्यासाठी गुरुजींना किंवा इतर एखाद्या व्यक्तीला बोलावून केळी, दूध, पेढे, वस्त्र आणि दक्षिणा देण्याची पद्धत आहे. अन्नदानाला या दिवशी विशेष महत्त्व आहे.

या दिवशी तीर्थक्षेत्रं, पवित्र मानल्या गेलेल्या नद्या किंवा नद्यांचे संगम, दत्ताची स्थानं अशा ठिकाणी धार्मिक कार्यक्रम असतात. अनेक भाविक त्यात सहभागी होतात. रोजच्या रहाटगाडग्यात जमलं नाही तरी वर्षातला एक दिवस पूर्वजांचं मनोभावे स्मरण आणि पूजन करण्याचा भाद्रपद अमावस्येचा हा दिवस आहे. ◆

नवरात्र

'नवरात्र' हा आदिशक्तीचा उत्सव आहे. ही आदिशक्ती विविध प्रांतात विविध रूपात पुजली जाते. महाराष्ट्रात ती जगदंबा किंवा भवानी असते, बंगालात ती दुर्गा असते, कर्नाटकात चामुंडा असते तर उत्तरेकडे ती वैष्णोदेवी असते. नाव आणि रूप भिन्न असलं तरी या सगळ्या देवीरूपांमध्ये आदिमायेचं एकच चैतन्य सामावलेलं आहे.

अश्विन महिन्याचा प्रारंभ होतो तोच मुळी 'घटस्थापने'नं. घटस्थापना म्हणजे नवरात्राचा पहिला दिवस. अश्विन शुद्ध प्रतिपदा ते अश्विन शुद्ध नवमी हा नवरात्राचा कालावधी. दहाव्या दिवशी 'दसरा' असतो. नवरात्र साजरं करण्यामागे एक कथा आहे. पृथ्वीवर महिषासुर नावाच्या एका राक्षसाचा उपद्रव फार वाढला होता. केवळ माणसांनाच नाही तर देवांनाही त्यानं त्रस्त करून सोडलं. इंद्राचं राज्यही त्यानं बळकावलं. शेवटी सगळ्या देवांनी ब्रह्मा-विष्णू-महेशाला साकडं घातलं. या त्रयीनं आपापल्या अंगी असलेल्या वेगवेगळ्या शक्ती एकत्र करून एक देवी निर्माण केली. महिषासुराचा नाश करण्यासाठी त्यांनी तिला पाठवलं. नऊ दिवस नऊ रात्री घनघोर युद्ध झालं. अखेर देवीनं महिषासुराचा वध केला. या पराक्रमाचं प्रतीक म्हणून महिषासुरमर्दिनीचं हे नवरात्र शतकानुशतकं साजरं होत आलं आहे.

महिषासुराचा नाश करण्यासाठी परमेश्वराच्या शक्तीनं स्त्रीचा अवतार धारण केला होता. नवरात्रात याच अवताराचं विविध रूपात पूजन केलं जातं. असं

म्हणतात, की ब्रह्मदेवापासून सरस्वती, विष्णुपासून लक्ष्मी आणि शिवापासून काली या देवता निर्माण झाल्या. याखेरीज या शक्तिदेवतेची नऊ रूपं आहेत. त्यातली काही सौम्य तर काही उग्र आहेत. काली, चंडी या उग्र देवता आहेत तर अन्नपूर्णा, लक्ष्मी या सौम्य देवता आहेत.

अश्विन महिन्यात साजरं होणारं नवरात्र 'शारदीय नवरात्र' म्हणून ओळखलं जातं. चैत्रातही सप्तश्रुंग गडासारख्या काही ठिकाणी देवीचं नवरात्र असतं. हे चैत्री किंवा वासंतिक नवरात्र. मात्र घराघरांतून अश्विन महिन्यातच नवरात्र साजरं होतं.

भारतभरात देवीची अनेक शक्तिपीठं आहेत. त्यापैकी तुळजापूरची भवानी, कोल्हापूरची अंबाबाई, माहुरची रेणुका आणि वणीची सप्तशृंगी ही साडेतीन शक्तिपीठं महाराष्ट्रात आहेत. नवरात्रात या ठिकाणी मोठ्या जत्रा भरतात. या सगळ्या ठिकाणी भाविकांची प्रचंड गर्दी असते.

महाराष्ट्र आणि गुजरातेत अश्विन शुद्ध प्रतिपदेला घट बसवतात. घट बसविण्याची पद्धतही वेगवेगळी असते. काही ठिकाणी एकावर एक असे पाच घट ठेवतात. त्यात पाच खारका, खोबऱ्याचे तुकडे ठेवतात. घटाभोवती माती पसरून त्यावर धान्य पेरतात. काही ठिकाणी शेतातली माती पाटावर पसरून त्यात नऊ प्रकारची धान्यं पेरतात. मधोमध एक घट ठेवतात. घट मातीचा, तांब्याचा किंवा सोन्या-चांदीचाही असतो. घटात पाणी घालून त्यात पाच झाडांची पानं किंवा पाच पानांची आंब्याची डहाळी ठेवतात. त्यावर नारळ ठेवतात. घटाला रोज झेंडूच्या किंवा तिळाच्या फुलांची एक माळ बांधतात. काही ठिकाणी रोज एक माळ वाढवत नेतात. घटाजवळ नऊ दिवस सतत दिवा तेवत ठेवला जातो. बऱ्याच घरांमध्ये नाऊ दिवस *सप्तशती*चा पाठ वाचतात. मोठ्या देवळांमध्ये या काळात *देवी भागवत* हे पुराण ऐकण्यासाठी भाविक गर्दी करतात. अनेक स्त्रिया नऊ दिवस उपास करतात.

अनेक घरांमध्ये नऊ दिवस रोज एका सवाष्णीला आणि कुमारिकेला जेवू घालण्याची पद्धत आहे; पण निदान एक दिवस तरी सवाष्णीला जेवायला बोलावून तिची ओटी भरली जाते. नवरात्रामध्ये देवीच्या नावानं जोगवा मागण्याची प्रथाही महाराष्ट्रात काही घरांमध्ये आहे. शिवाय काही ठिकाणी जागरण-गोंधळ असतो. देवीला आवाहन करणं, असा या मागचा हेतू आहे. अष्टमीचा दिवस या दृष्टीनं विशेष महत्त्वाचा असतो. 'भोंडला' किंवा 'हादगा' हे महाराष्ट्रातल्या नवरात्राचं खास वैशिष्ट्य. पाटावर हत्तीचं चित्र काढून स्त्रिया आणि मुली फेर धरतात. भोंडल्याची गाणी म्हणतात. पूर्वी स्त्रिया घराच्या चौकटीत बंद असत, पण

भोंडल्याच्या निमित्तानं एकमेकींकडे जाणं आणि चार घटका एकमेकींशी संवाद साधणं शक्य व्हायचं. सुख-दुःखाची देवघेव व्हायची. भोंडल्याच्या गाण्यांमधेही त्या काळातल्या स्त्रीजीवनाचं प्रतिबिंब उमटलेलं दिसतं.

पण मुळात हत्ती हे मेघाचं प्रतीक आहे. त्यामुळे पाऊस घेऊन येणाऱ्या मेघांना केलेलं आवाहन असा भोंडल्याचा अर्थ आहे. एकूणच नवरात्र हा कृषी संस्कृतीतला उत्सव आहे. अश्विन महिन्यात शेतात पीक तयार झालेलं असतं. शेतकरी थोडा निवांत असतो. निसर्गानं दिलेल्या धनाविषयी कृतज्ञता व्यक्त करण्यासाठी तो हा उत्सव साजरा करतो. नऊ धान्य पेरून त्यांची पूजा करणं म्हणजे शेतातल्या समृद्धीची पूजा करणं. जमीन सतत फळत राहावी आणि तिनं आपलं भरणपोषण करावं, अशी प्रार्थना या उत्सवामागे आहे. सतत तेवणारा दिवा हेही चैतन्याचं प्रतीक आहे.

बंगालातला नवरात्र उत्सव जगभरात प्रसिद्ध आहे. तिथे हा सार्वजनिक उत्सव असतो. महाराष्ट्रातल्या गणेशोत्सवाप्रमाणे हा अत्यंत धामधुमीत साजरा होणारा उत्सव आहे. बंगालातल्या कला आणि संस्कृतीचं दर्शन या काळात घडतं. मोठाले मंडप, भव्य मूर्ती, आकर्षक आरास आणि अफाट उत्साह यांमुळे सगळा बंगाल प्रांत चैतन्यानं न्हाऊन निघतो. इथे देवीच्या उग्र रूपाला नवरात्रात पुजलं जातं. त्रिशुळाच्या साहाय्यानं महिषासुराचा वध करणारी देवी इथल्या उत्सवात दिसते. विशेष म्हणजे देवीच्या हातून मरण आल्यामुळे उद्धार झालेल्या महिषासुराचीही बंगालात पूजा होते. अश्विन शुद्ध षष्ठीला देवीची विशेष पूजा असते. अष्टमी आणि नवमीला सायंकाळी पूजा असते. रात्री गायन, वादन नृत्य असे कार्यक्रम असतात. नवमीला महिषासुराचा वध झाल्याचा आनंद साजरा करतात आणि दशमीला उत्सवाची सांगता होते. संध्याकाळी देवीची भव्य मिरवणूक काढून तिचं विसर्जन करतात. गौरींप्रमाणे दुर्गा किंवा काली ही सुद्धा माहेरवाशीण असल्याची बंगालात समजूत आहे. त्यामुळे या काळात घरी आलेल्या या माहेरवाशिणीचं स्त्रिया पुष्कळ कोडकौतुक करतात.

गुजरातेतल्या नवरात्र उत्सवाला गरब्याची सोबत असते. गरबा हा गुजरात मधला लोकनृत्याचा एक प्रकार आहे. मुळात कृष्ण आणि गोपींच्या रासक्रीडेशी संबंधित असलेला हा नृत्य प्रकार मथुरा आणि वृंदावनातला आहे. आता तो गुजरातेशी एकरूप होऊन गेला आहे. टिपऱ्या हातात घेऊन केलं जाणारं हे तालबद्ध नृत्य ही गुजरातेतल्या नवरात्रोत्सवाची खास ओळख आहे. या काळात स्त्रिया नवा भरजरी घागरा ओढणी घालतात, हातावर मेंदी रेखतात, दागिने घालतात. त्यांच्या

उत्साहाला पारावार नसतो. गरबा किंवा दांडियाची ही प्रथा आता महाराष्ट्रातही रुजू लागली आहे.

गुजरातमधल्या खेडोपाडी हा उत्सव साजरा करण्याची वेगळी पद्धत आहे. या काळात अंबेची पूजा होते. अंबा ही निर्मितीची देवता मानली जाते. म्हणूनच ग्रामीण गुजराती स्त्रिया अखंड सर्जनशील अशा भूमातेची नवरात्रात पूजा करतात. गरबी म्हणजे माठ सजवून तो डोक्यावरून घरोघरी नेला जातो. घरासमोर बायका फेर धरून गरब्याची पारंपरिक गाणी म्हणतात. काही भागात दुर्गेचं प्रतीक असलेला त्रिशूल शेंदरानं भिंतीवर चितारतात. या त्रिशूलाखाली मातीचा ढीग करून त्यात धान्य पेरतात. मधोमध घट ठेवून त्यावर नारळ ठेवतात. घटाची पूजा करतात. नऊ दिवस नंदादीप तेवत ठेवतात. रोज गरबा नृत्य करतात.

विविध ठिकाणी नवरात्र साजरं करण्याची पद्धत वेगळी असली तरी ही आदिशक्तीचीच पूजा आहे. दुष्ट प्रवृत्तींवर सुष्ट प्रवृत्तींनी मिळवलेल्या विजयाचं हे प्रतीक आहे. आणि सृष्टीचं अखंड वरदान मिळत राहावं म्हणून मनोभावे केलेली ही प्रार्थना आहे. काळ बदलला, आधुनिकतेचं पुढचं पर्व आलं तरी नवरात्र साजरं होतच राहील ते यामुळे.

◆

विजयादशमी

अश्विन शुद्ध दशमी म्हणजेच 'विजयादशमी' किंवा 'दसरा'. नवरात्राची सांगता करण्याचा हा दिवस. महिषासुराचा निःपात होऊन देवांसह मनुष्यलोकाला अभय मिळालं तो हा दिवस. या दिवशी पराक्रमाचा, विजयाचा आनंद साजरा करायचा. रामानं याच दिवशी रावणावर स्वारी केली. याच दिवशी पांडवांनी अज्ञातवासातून प्रकट होऊन शमी वृक्षाच्या ढोलीत लपवलेली शस्त्रं बाहेर काढली आणि कौरवांशी युद्ध करून त्यांचा पराभव केला.

विजयाचे असे संदर्भ या दिवसाला असल्यामुळे नंतरच्या ऐतिहासिक कालखंडातही दसऱ्याच्याच दिवशी राजे-महाराजे मोहिमांवर निघत असत. शिवाय आधीच्या पावसाळी दिवसांत मोहीम काढणं अवघडच असायचं. म्हणून पाऊस संपून कोरडी हवा पडल्यावर सीमोल्लंघन करणं श्रेयस्कर ठरत असे. त्यातून दसरा हा साडेतीन शुभ मुहूर्तांपैकी एक. म्हणूनच या दिवशी केवळ मोहिमाच नव्हेत तर अनेक चांगल्या उपक्रमांचा शुभारंभ करण्याची प्रथा पूर्वापार चालत आली आहे. लहान मुलं या दिवशी पाटीपूजन करून शिक्षणाचा श्रीगणेशा करतात.

विजयादशमीला किंवा आदल्या दिवशी खंडेनवमीला शस्त्रांची पूजा केली जाते. हत्ती-घोडे यांसारख्या युद्धात उपयुक्त ठरणाऱ्या प्राण्यांचीही पूजा करतात. मोहिमेवर निघताना विजय मिळावा म्हणून शस्त्रांची आणि प्राण्यांची पूजा करण्याचा प्रघात असणार. पांडवांनी शमीच्या झाडावर शस्त्रं लपवली होती. ही शस्त्रं बाहेर

काढल्यानंतरच्या युद्धात त्यांना विजय मिळाला, म्हणून शमीच्या झाडाचं पूजनही या दिवशी केलं जातं.

दसऱ्याच्या दिवशी सोनं म्हणून आपट्याची पानं एकमेकांना देतात. विशेषतः लहानांनी मोठ्यांना ही पानं देऊन नमस्कार करायचा असतो. यामागे एक प्राचीन कथा आहे. वरतंतू ऋषींचा कौत्स नावाचा शिष्य होता. शिक्षण पूर्ण झाल्यावर त्यानं गुरूंना गुरुदक्षिणा सांगायची विनंती केली; पण वरतंतू दक्षिणा सांगेनात. 'तू ज्ञानी झालास, हीच माझी खरी दक्षिणा,' असं ते कौत्साला म्हणाले. पण कौत्स हट्टाला पेटला, तेव्हा वरतंतू म्हणाले, 'मी तुला चौदा विद्या शिकवल्या आहेत. म्हणून तू प्रत्येक विद्येसाठी एक याप्रमाणे चौदा कोटी सुवर्णमुद्रा मला दे.' रघुराजाची दानशूरता ठाऊक असल्यामुळे कौत्स त्याच्याकडे गेला आणि त्यानं राजाला सुवर्णमुद्रा मागितल्या. मात्र रघुनं नुकताच विश्वजीत यज्ञात आपला खजिना रिकामा केला होता, पण त्यानं कौत्साला थांबवून घेतलं आणि सुवर्णमुद्रा मिळवण्यासाठी इंद्रावर स्वारी करायची तयारी केली. रघुराजाचा पराक्रम माहीत असल्यामुळे इंद्रानं कुबेराला सांगून रघुराजाच्या राजधानीतल्या एका शमीच्या झाडावर सुवर्णमुद्रांचा वर्षाव केला. रघुनं या मुद्रा कौत्साला दिल्या. मात्र वरतंतू ऋषींनी चौदाकोटी मुद्रा ठेवून बाकीच्या कौत्साला परत केल्या. कौत्सानं त्या रघुला देऊ केल्या; पण राजानं दान परत घ्यायला नकार दिला. शेवटी कौत्सानं त्या मुद्रा शमीच्या झाडाखाली ठेवल्या आणि लोकांना ते सोनं लुटायला सांगितलं. हा दिवस दसऱ्याचा होता. म्हणून या दिवशी सोनं लुटण्याची प्रथा आहे. शमीचे वृक्ष महाराष्ट्रात कमी आढळतात, म्हणून शमीऐवजी आपट्याच्या पानांना महत्त्व आहे.

दसरा भारतभरात साजरा होतो; पण साजरा करण्याच्या पद्धतींमध्ये थोडा फरक आहे. उत्तर भारतातही विजयादशमी हा मोठा सण आहे. तिथे अश्विन महिन्याच्या शुद्ध प्रतिपदेपासून म्हणजे घटस्थापनेच्या दिवसापासून रामलीला असते. रामायणातले विविध प्रसंग नाट्यरूपात सदर केले जातात. दसऱ्याच्या दिवशी रावण, कुंभकर्ण आणि मेघःनाद यांचे पुतळे उभारले जातात. त्यात शोभेची

दारू भरली असते. राम आणि लक्ष्मण यांचा वेश घातलेले नट मिरवणुकीनं तिथे येतात आणि बाण मारून या पुतळ्यांचं दहन केलं जातं. दसऱ्याच्या दिवशीची ही रामलीला पाहायला मोठा जनसमुदाय गोळा होतो.

पेशवाईत शनिवारवाड्यातला दसरा मोठ्या थाटामाटाचा असे. दुपारी वाड्यात शस्त्रात्रांची पूजा केली जायची. संध्याकाळी सरदार, सरंजामदार यांच्यासह पेशवे मिरवणुकीनं सीमोल्लंघनाला जात. सीमेवर शमीपूजन केलं जाई. त्या वेळी तोफांचे आवाज वातावरणात घुमत. आल्यावर विजयादशमीचा खास दरबार भरायचा, प्रत्येकाला त्याच्या हुद्द्यानुसार मानपान दिला जायचा.

म्हैसूरचा दसराही प्रसिद्ध आहे. पूर्वी या दिवशी म्हैसूरच्या राजाचा मोठा दरबार भरत असे. खूप सजवलेल्या हत्ती-घोड्यांसह राजाची मिरवणूक निघायची. आजही राजाचे वारस ही प्रथा पाळतात. जंगी मिरवणूक काढून सीमोल्लंघनाला जातात. हा सोहळा पाहण्यासाठी देशभरातले लोक मुद्दाम तिथे जातात. कोल्हापूरला अशीच मिरवणूक शाहू परिवाराची निघते. जयपूर आणि बडोद्यातही दसऱ्याचा उत्सव संस्थानिक काळातल्या परंपरेनुसार शाही थाटात साजरा होतो.

केरळमध्ये नवरात्र आणि दसरा हे सण 'ओणम' या नावानं ओळखले जातात. तिथे हा बळीराजाचा उत्सव असतो. बळी राजानं पृथ्वी आणि स्वर्ग जिंकून आपलं राज्य स्थापन केलं. तो प्रजेच्या हितासाठी झटणारा राजा होता; पण तो राक्षस कुळातला होता. देवांना हे सहन झालं नाही. त्यामुळे विष्णूनं वामनावतार घेऊन बळीकडे तीन पावलं जमीन मागितली. दानशूर बळीनं होकार देताच वामनानं एका

पावलात आकाश, दुसऱ्या पावलात पृथ्वी व्यापली. तिसरं पाऊल ठेवण्यासाठी बळीनं आपलं मस्तक पुढे केलं तेव्हा वामनानं त्याला पाताळात ढकललं. जाताना बळीनं विष्णूला विनंती केली, 'वर्षातून एक दिवस येऊन मला माझ्या प्रजेचं क्षेमकुशल विचारायची परवानगी असावी.' वामनानं ती दिली. ओणमच्या दिवशी बळीराजा पुन्हा पृथ्वीवर येतो, अशी केरळमध्ये समजूत आहे. म्हणून या दिवशी आनंदोत्सव साजरा करतात. हा सण मुळात शेतकऱ्यांचाच असावा. कारण शेतातली कणसं या दिवशी देवाला वाहतात. दरवाजावरही टांगून ठेवतात.

दसऱ्याच्या दिवशी आपल्याकडेही दाराला झेंडूच्या फुलांची माळ लावतात. या दिवसांत झेंडू खूप फुललेला असतो. ग्रामीण भागात शेतातल्या गव्हाच्या ओंब्या घरी आणून त्यांची पूजा करतात. घराच्या दारालाही त्या अडकवतात. यावरून हा सण मुळातला कृषी उत्सवच आहे, हे स्पष्ट होतं. रब्बीचं पीक तयार झाल्यावर या समृद्धीची पूजा करावी आणि यापुढेही ही समृद्धी मिळत राहावी, असं शेतीच्या प्रारंभिक काळात माणसाला वाटलं असणार. हीच दसऱ्याच्या सणामागची मूळ प्रेरणा आहे. आज नुसती पारंपरिकता जपण्याऐवजी जमिनींचा कस वाढवण्यावर आणि शेती आणि शेतकऱ्यांची स्थिती सुधारण्यावर या सणाचा भर असायला हवा. तरच दसरा अर्थपूर्ण ठरेल.

◆

गांधी जयंती

२ ऑक्टोबर हा गांधी जयंतीचा दिवस भारतात राष्ट्रीय सण म्हणून साजरा केला जातो. सरकारनं ज्या तीन अधिकृत सुट्ट्या जाहीर केल्या आहेत, त्यापैकी हा तिसरा दिवस. गांधीजींनी सत्य आणि अहिंसेच्या मार्गानं भारतीय समाजाला स्वातंत्र्याची पहाट दाखवली. त्यांच्या अजोड देशसेवेमुळेच राष्ट्रपिता म्हणून आपण त्यांना ओळखतो. या राष्ट्रपित्याचा जन्मदिवस राष्ट्रीय सण म्हणून साजरा झाला तर नवल नाही.

या दिवशी दिल्लीतल्या राजघाटावर मोठा समारंभ असतो. या ठिकाणी गांधीजींची समाधी आहे. त्यांच्या स्मृतीला आदरांजली वाहून प्रार्थना, सभा असे कार्यक्रम होतात. देशात इतरही अनेक ठिकाणी त्यांचा विचार आणि तत्त्वज्ञान जागवणारे उपक्रम या दिवशी पार पडले जातात. शालेय आणि महाविद्यालयीन स्तरावर या दिवशी निबंध आणि वक्तृत्त्व स्पर्धा आयोजित केल्या जातात. गांधीजींनी ज्या मूल्यांचा कायम आग्रह धरला, त्या शांती, सत्य आणि अहिंसा या मूल्यांची आजच्या काळातली उपयुक्तता अधोरेखित करण्याचा उद्देश या सगळ्याच उपक्रमांमागे असतो.

गांधीजींचा जन्म १८६९मध्ये गुजरातेत पोरबंदर इथे झाला. त्यांनी आफ्रिकेत जाऊन बॅरिस्टर ही पदवी मिळवली, पण मायभूमीचं स्वातंत्र्य हेच त्यांनी आपलं जीवनध्येय मानलं. सत्य आणि अहिंसेचे प्रणेते म्हणून संपूर्ण जगावर गांधीजींची प्रतिमा कोरली गेली आहे. रक्तरंजित लढ्यापेक्षाही अहिंसेच्या शस्त्राची धार प्रभावी असल्याचं गांधीजींनी सिद्ध केलं. देशाला स्वातंत्र्य मिळवून देण्यासाठी त्यांनी केलेलं

काम अद्वितीय म्हणावं असं आहे.

साधी राहणी आणि उच्च विचारसरणीचा प्रत्यय गांधीजींच्या जीवनातून जितका आला तेवढा इतरत्र क्वचितच येईल. देशाच्या स्वातंत्र्याबरोबरच शाश्वत विकासासाठी त्यांनी केलेलं मार्गदर्शन आजच्या काळातही अनुकरणीय आहे. केवळ भारतालाच नाही तर संपूर्ण मानवजातीला अभिमान वाटावा असा हा महात्मा आपला राष्ट्रपिता आहे, याचं भान राखून त्याच्या विचारांचा मागोवा घेणं हीच गांधीजींना खरी आदरांजली ठरेल.

◆

कोजागिरी पौर्णिमा

अश्विन महिन्यातली पौर्णिमा म्हणजे 'कोजागिरी पौर्णिमा'. पाऊस संपल्यानंतरची ही पहिली पौर्णिमा. आता पावसाच्या काळ्या-करड्या ढगांचं साम्राज्य संपलेलं असतं. निळ्याशार आकाशात पौर्णिमेचा चंद्र तेजाळत असतो. हवाही गार होऊ लागलेली असते. अशा वेळी निरभ्र आकाश आणि चंद्राची किरणं शरीराला आणि मनालाही सुखावत राहतात.

या दिवशी चंद्राला ओवाळून केशर घातलेल्या आटीव दुधाचा नैवेद्य दाखवतात. हे दूध प्रसाद म्हणून रात्री उशिरा पितात. वैज्ञानिकदृष्ट्या कोजागिरीच्या दिवशी चंद्रकिरण अतिशय शीतल असतात. त्यात न्हाऊन निघणं आरोग्यदायी असतं. आयुर्वेदानंही हे स्पष्ट केलं आहे. म्हणून या दिवशी चंद्राची पूजा करण्याचा आणि जागरण करून मोकळ्यावर बसण्याचा प्रघात आहे.

असं म्हणतात, की कोजागिरीच्या रात्री लक्ष्मी आणि कुबेर आकाशात फिरत असतात. कोण जागं आहे? (को जागर्ति?) याचा ते शोध घेतात. यावरूनच कोजागरी हे नाव या पौर्णिमेला मिळालं आहे. या शब्दाचा अपभ्रंश होऊन कोजागिरी म्हटलं जातं. या रात्री जो जागा असतो, त्याला लक्ष्मी दर्शन देते, समृद्धी मिळते, अशी समजूत आहे. म्हणूनच या दिवशी लक्ष्मीची पूजा करतात. तिचं स्वागत करण्यासाठी जागरण करतात. मंदिरं, उद्यानं, अंगण स्वच्छ करून तिचं आगमन व्हावं, अशी मनोभावे प्रार्थना करतात.

ही अश्विन महिन्यातली पौर्णिमा म्हणून तिला 'अश्विनी पौर्णिमा'ही म्हणतात. या दिवशी ज्येष्ठापत्य पूजन असतं, म्हणजे घरातल्या मोठ्या अपत्याला ओवाळतात. सरकी असलेला कापूस आणि दूर्वांनी त्याला ओवाळतात. कापसासारखा म्हातारा आणि दूर्वांसारखा चिवट हो, असा आशीर्वाद त्याला देतात. दीर्घायुष्याचं दान त्याला मिळावं, अशी यामागची भावना असते. काही घरांमध्ये या दिवशी गायीलाही ओवाळतात. स्त्रिया शुभ्र वस्त्रं परिधान करतात. चंद्राच्या शुभ्र तेजाला साजेसा वेश परिधान करावा ही यामागची भावना आहे.

हल्ली कोजागिरीला शहरांमध्ये संगीत, नृत्याचे कार्यक्रम आयोजित केले जातात. या रात्री सार्वजनिक बागांमध्ये लोकांची गर्दी असते. खाणं पिणं, गप्पा-गोष्टी चालू असतात. अनेक जण गड-किल्ल्यांवर जाऊनही कोजागिरी साजरी करतात.

ऋतूनुसार वातावरणात, भवतालात होणारे बदल माणूस अनादी काळापासून टिपत गेला आणि त्यानुसार त्यानं आपल्या जीवनाची घडीही तयार केली. निसर्गातल्या बदलांना प्रतिसाद देण्यासाठीच आपल्या बहुतेक सण-उत्सवांची निर्मिती झाली. कोजागिरी पौर्णिमाही याला अपवाद नाही.

◆

दिवाळी

'दिवाळी' हा भारतातला सगळ्यात लोकप्रिय आणि महत्त्वाचा सण. भारतातली सगळी जनता या दीपोत्सवात सहभागी होते. कारण तो लोकोत्सव आहे, कोणत्याही विशिष्ट देवतेचा हा उत्सव नाही. तो दिव्यांचा म्हणजेच चैतन्याचा उत्सव आहे. अंधार दूर करून प्रकाशाची वाट दाखवणारा हा सण आहे.

दसरा झाल्याझाल्याच दिवाळीचे वेध लागतात. शरदातली आल्हाददायक हवा, धान्यानं भरलेली शेतं, चांदण्यानं लगडलेल्या रात्री हे सगळं सुख अनुभवताना एकीकडे दिवाळीची तयारी घराघरांतून सुरू होते. घरात साफसफाई, आवराआवर करायला सुरुवात होते. अनेक घरात रंगरंगोटी होते. खेड्यातही अंगण मुरूम टाकून घट्ट आणि गुळगुळीत करतात. नको असलेला कचरा टाकून दिला जातो. डबे, भांडी, दागिने, कपडे, दिवे यांची स्वच्छता होते. नवे कपडे, घरातल्या वस्तू खरेदी करण्यासाठी बाजारात गर्दी होते.

अश्विन वद्य द्वादशीपासून दिवाळीला सुरुवात होते आणि भाऊबिजेला म्हणजे कार्तिक शुद्ध द्वितीयेला दिवाळी संपते. अश्विन शुद्ध द्वादशी म्हणजे 'वसुबारस.' वसुबारसेच्या आधी आठवडाभर घरात फराळाची तयारी करण्यात बायका दंग असतात. चिवडा, चकली, लाडू, करंज्या, शेव, अनारसे, शंकरपाळी, कडबोळी हे पारंपरिक फराळाचे पदार्थ हमखास केले जातात. शिवाय इतर पक्वान्ने आणि मिठाईचीही रेलचेल असते. नातेवाईक-मित्रमंडळींना दिवाळीच्या निमित्तानं

फराळाला बोलावलं जातं. आनंद दिला-घेतला जातो. दूरचे नातेवाईक आणि मित्रांना शुभेच्छापत्र पाठवण्याची पद्धत अलीकडच्या काळात सुरू झाली आहे. व्यावसायिक संबंध जपण्यासाठीही दिवाळीच्या निमित्तानं भेटवस्तू किंवा मिठाई देण्याची प्रथा रूढ झाली आहे.

दिवा हा दिवाळीचा अविभाज्य घटक आहे. त्यामुळे वसुबारसेपासूनच घरात आणि घराबाहेरच्या अंगणात दिवे उजळायला सुरुवात होते. विविध रंगांचे, आकाराचे आणि विविध प्रकारचे आकाशकंदील घराघरांवर लखलखू लागतात. दाराशी, तुळशी वृंदावनाशी, व्हरांड्यात आणि अंगणात पणत्या उजळतात. दुकानं, कार्यालयं विद्युत रोषणाईनं प्रकाशमान होतात. अंगणात सुरेख रांगोळ्या काढल्या जातात. फटाके आणि शोभेच्या दारूची आतषबाजी सुरू झाली की दिवाळीच्या सणात खरा रंग भरतो.

किल्ला करणं हा दिवाळीच्या सणातला एक अविभाज्य भाग. बच्चेकंपनी दिवाळी सुरू होण्यापूर्वीच किल्ला करायच्या तयारीला लागते. घराच्या अंगणात, बाल्कनीत किंवा दाराजवळ विटा आणि दगड रचून त्यावर माती लिंपतात. त्यावर अळीव किंवा मोहरी पेरतात. दोनतीन दिवसांत हे बी अंकुरतं. मग त्यावर शिवाजी, मावळे, हत्ती, घोडे मांडतात. हल्ली तयार लाकडी किल्ले मिळतात. अनेक ठिकाणी किल्ले तयार करण्याच्या स्पर्धाही असतात. मुलांच्या सर्जनशीलतेला आणि कल्पनाशक्तीला यामुळे चालना मिळते.

दिवाळीचा सण हा मराठी साहित्याच्या दृष्टीनंही समृद्धीचा असतो. दिवाळी अंकांची महाराष्ट्रातली परंपरा फार प्रदीर्घ आहे. अनेक दिवाळी अंक शंभर वर्षांपेक्षा जुने आहेत. या दिवसांत चकली-करंजी-लाडू इतकाच साहित्याचा फराळ करणारे, या फराळाची आतुरतेनं वाट पाहणारे अनेक रसिक वाचक असतात. दिवाळी अंकांनी महाराष्ट्रात साहित्यिकांची एक दमदार पिढी घडवली आहे आणि मराठी वाचकांचं उत्तम पोषण केलं आहे.

दिवाळीच्या सणात सगळं घर सामील असतं. परगावी नोकरीसाठी गेलेली पुरुषमंडळीही दिवाळीत हमखास घरी येतात. इतर नातेवाइकांच्या भेटीही या निमित्तानं होतात. एकमेकांची विचारपूस होते. अशा भेटींमुळे दिवाळीचा आनंद आणखी वाढतो.

◆

वसुबारस

अश्विन वद्य द्वादशी हा दिवस 'वसुबारस' किंवा 'गोवत्स' द्वादशी म्हणून ओळखला जातो. हा दिवाळीचा पहिला दिवस. याच दिवशी घराघरांवर आकाशकंदील लागतात. दारात आणि तुळशीपाशी पणती तेवू लागते. हा गायीगुरांचं पूजन करण्याचा दिवस आहे. भारतातल्या कृषी संस्कृतीत या सणाचं मूळ रुजलं आहे. मुळात भारतीय परंपरा निसर्गपूजक आहे. भूमी, पाणी अग्नी यांच्यापासून अनेक पशुपक्षी आणि नाग-सर्पासारखे सरपटणारे प्राणीही इथल्या प्राचीन संस्कृतीनं पूजनीय मानले. त्यातून शेतीला सुरुवात झाल्यापासून अनेक प्राणी माणसाच्या कष्टांचा भार उचलू लागले. या प्राण्यांविषयी शेतकऱ्यांच्या मनात नेहमीच कृतज्ञता असते. पोळा हा जसा बैलांविषयीचा जिव्हाळा व्यक्त करण्याचा दिवस, तसा वसूबारस हा गाय-वासराविषयी वाटणारं प्रेम व्यक्त करण्याचा दिवस. गाय दूध-दुभतं देते, उत्तम पोषण पुरवते आणि शेतीत उपयुक्त असणाऱ्या बैलांना तीच जन्म देते. वसुबारसेला तिच्याविषयीचं ऋण व्यक्त केलं जातं.

गायीला गोमाता म्हटलं जातं. गायीच्या ठिकाणी तेहतीस कोटी देवांचा वास असतो, अशी समजूत आहे. गायीची महती पटल्यामुळेच राजा दिलीप आणि श्रीकृष्णानं गोसेवा केली. श्रीकृष्ण तर स्वतःला गोपाल म्हणवून घ्यायचा. गोदान हे फार पूर्वीपासून सर्वश्रेष्ठ दान मानलं जातं. 'ज्याचे घरी गाय, तेथे विठ्ठलाचे पाय' असं संत तुकारामांनी म्हटलं आहे, ते गायीची थोरवी जाणवल्यामुळेच.

ग्रामीण भागात हा सण मोठ्या प्रमाणात साजरा होतो. या दिवशी स्त्रिया सकाळीच गोठा स्वच्छ करतात. गोठ्याच्या भिंतींना सफेद माती लावतात. त्यावर लहान मुलं कावेनं निरनिराळी चित्रं काढतात. खेड्यातल्या जीवनाचं आणि निसर्गाशी जोडलेल्या संस्कृतीचं दर्शन या चित्रातून घडतं. गायींना अंघोळ घालून वसुबारसेला सजवलं जातं. त्यांच्या गळ्यात फुलांच्या माळा घालतात. या दिवशी स्त्रिया उपास करतात. संध्याकाळी गोठ्यात पणत्या लावतात. जरीच्या साड्या नेसून गाय-वासराला हळद-कुंकू लावतात, औक्षण करतात. त्यांना पुरणपोळीचा नैवेद्य दाखवतात. ज्वारी-बाजरी आणि गूळ खाऊ घालतात.

वसुबारसेला ग्रामीण स्त्रिया पुष्कळ पारंपरिक गाणी म्हणतात. शेतकरी आणि गुराखी मंडळी तर अनेकदा स्वतः गाणी रचतात. शहरात मात्र या सणाची खेड्यांइतकी धामधूम नसते. हल्ली पुण्या-मुंबईसारख्या शहरात ठरावीक ठिकाणी गायवासरू घेऊन लोक येतात. स्त्रिया संध्याकाळच्या वेळी तिथे जाऊन गायवासराची पूजा करतात.

दिवाळीचा हा पहिला दिवस म्हणजे निसर्गपूजनाची शिकवण देणारा आहे.

♦

धनत्रयोदशी

पुढचं वर्ष सुख-समृद्धी देणारं आणि आरोग्यदायी जावो, अशी शुभेच्छा दिवाळीच्या निमित्तानं व्यक्त होते आणि 'धनत्रयोदशी'पासून पुढचे चार दिवस विविध प्रकारे आपण यासाठी प्रार्थना करत राहतो. या दिवसाला 'धनतेरस' असंही म्हणतात. या दिवशी सायंकाळी धनाची पूजा करतात. सोनं-चांदी, अलंकार, देवापुढे ठेवून त्याला हळदकुंकू वाहतात. ग्रामीण भागात आणि शहरांमध्येही गूळ आणि धने वाटीत ठेवून पूजा करण्याची पद्धत आहे. नंतर प्रसाद म्हणून गूळ आणि धने घरातले सगळेजण खातात. शेतकऱ्यांच्या दृष्टीनं शेतात आलेलं पीक हेच धन असतं. म्हणून ते पूजा करताना उत्तम धनधान्य मिळावं, अशी मनोभावे प्रार्थना करतात. आरोग्य देवता असलेल्या धन्वंतरीचंही या दिवशी स्मरण केलं जातं. समृद्धीचा उपभोग घ्यायचा तर आरोग्य उत्तम हवं. म्हणून निरोगी जीवनासाठी या दिवशी धन्वंतरीची प्रार्थना करायची.

या दिवसाचं वैशिष्ट्य म्हणजे फक्त धनत्रयोदशीलाच दक्षिणेकडे तोंड करून दिवा लावला जातो. याला 'यमदीप' म्हणतात. दक्षिण ही यमाची म्हणजे मृत्युदेवतेची दिशा मानली जाते. धनत्रयोदशीला यमाला दीपदान करायचं असा प्रघात आहे. अपमृत्यू येऊ नये, अशी यामागची भावना आहे. यासंबंधी एक कथा सांगितली जाते.

एकदा यमानं आपल्या दूतांना विचारलं, 'आजपर्यंत तुम्ही माझ्या सांगण्यावरून

अनेक लोकांचे प्राण हरण केलेत; पण असा एखादा प्रसंग तुम्हाला आठवतोय का, की जेव्हा तुम्हीही फार दुःखी झालात?' तेव्हा दूत म्हणाले, 'हेमराज नावाच्या राजपुत्राचे प्राण हरण करताना आम्हाला फार फार वाईट वाटलं.' 'का बरं?' यमानं विचारलं. दूतांनी मग यमाला सगळी हकीगत सांगितली.

'हेमराजचा विवाह चारच दिवसांपूर्वी झाला होता. राजवाड्यात आणि प्रजाजनांमध्ये खूप आनंदाचं वातावरण होतं, पण अशा वेळी आम्ही त्याचे प्राण घेऊन आल्यामुळे त्याच्या पत्नीनं जो आकांत केला तो पाहून आमचेही डोळे पाणावले,' दूत म्हणाले. ही हकीगत ऐकून यमालाही वाईट वाटलं. मग दूत त्याला म्हाणाले, 'महाराज, कृपा करा, पण असा अपमृत्यूचा प्रसंग कोणावरही येऊ नये, यासाठी काहीतरी करा.' विचार करून यम म्हणाला, 'जे लोक अश्विन वद्य त्रयोदशीला मला दिवा अर्पण करतील आणि त्या दिवसापासून पुढे चार दिवस दीपोत्सव करतील, त्यांच्यावर असा अपमृत्यूचा प्रसंग येणार नाही.' म्हणून ही प्रथा पडली आहे, अशी समजूत आहे.

बऱ्याच स्त्रिया धनत्रयोदशीला सायंकाळी मोकळ्या जागी किंवा रस्त्याच्या कडेला दक्षिणेकडे तोंड करून पणती लावतात आणि दीर्घायुष्याची प्रार्थना करतात.

मृत्यूंना पाशदंडाभ्याम् कालेन श्यामयासह ।
त्रयोदश्याम् दीपदानात् सूर्यजः प्रीयताम् मम ।।

दिवा लावल्यावर हा मंत्र म्हणून त्या यमाला नमस्कार करतात. एकूण हा दिवस संपत्ती आणि आरोग्य राखण्याचा निश्चय करण्याचा आहे.

◆

नरकचतुर्दशी

अश्विन वद्य चतुर्दशी म्हणजे 'नरकचतुर्दशी'. आयुष्यभर माणसाचं वर्तन चांगलं राहावं यासाठी बहुधा सगळ्याच धर्मांमध्ये स्वर्ग आणि नरक या संकल्पना आहेत. मृत्यू अटळ असला तरी त्यानंतर नरकात जाण्याचं भय माणसाला अनेकदा ग्रासतं. नरकचतुर्दशीच्या दिवशी एक दिवा लावला आणि संध्याकाळच्या वेळी घर दिव्यांच्या रोषणाईनं उजळून निघालं तर नरकात जावं लागत नाही, अशी भारतीय परंपरेची श्रद्धा आहे.

या दिवशी पहाटे लवकर उठून सुगंधी तेल, उटणं लावून अंघोळ करतात. पहाटे फटके वाजवतात. नवे कपडे घालतात. अंघोळ आणि फटाके उडवून झाल्यावर फराळ करतात. घरातले सगळे जण या दिवशी जवळच्या एखाद्या मंदिरात जाऊन देवाचं दर्शन घेतात. मुलांची खरी दिवाळी या दिवसापासून सुरू होते. नरकचतुर्दशीला जो उशिरा उठेल तो नरकात जाईल अशी समजूत आहे. अश्विन सरून कार्तिक लागण्याचे हे दिवस थंडीचे असतात. या दिवसांत तेलानं मर्दन करून गरम पाण्यानं अंघोळ करणं आरोग्यकारक असतं. आयुर्वेदातही तसं सांगितलं आहे. शरीरासाठी उत्तम असलेल्या गोष्टींची आवश्यकता पटवण्यासाठी त्याला काही वेळा धार्मिक परिमाण दिलं जातं. या बाबतीत हेच म्हणता येईल.

या दिवशी सत्यभामा आणि श्रीकृष्णानं नरकासुराचा वध केला. हा आनंद साजरा करण्यासाठी दिवे उजळून उत्सव साजरा केला जातो, असं म्हणतात.

याविषयी पुराणात एक कथा आहे. नरकासुर हा प्राग्ज्योतीषपूरचा राजा होता. तिन्ही लोक आपल्या अधिपत्याखाली आणावेत अशी त्याची इच्छा होती. त्यासाठी त्यानं वीस हजार कुमारिकांचा बळी देऊन एक यज्ञ करायचं ठरवलं. सोळा हजार मुलींना त्यानं याच हेतूनं तुरुंगात डांबलं होतं. या मुलींना सोडवण्यासाठी श्रीकृष्णानं नरकासुराला युद्धाचं आव्हान दिलं. कृष्णाची पत्नी सत्यभामा या युद्धात त्याच्या बरोबर होती. तिनं मोठा पराक्रम गाजवला आणि नरकासुराचा वध केला. त्याच्या बंदिवासातल्या स्त्रिया मुक्त झाल्या. या स्त्रियांची प्रतिष्ठा राखण्यासाठी कृष्णानं त्यांच्याशी विवाह केला, असंही ही कथा सांगते.

या दिवशीपासून दिवाळीचा खरा धूमधडाका सुरू होतो. संध्याकाळी घराघरांवर आणि दुकानं आणि मंदिरांवरही दिव्यांचा लखलखाट असतो. एकमेकांना शुभेच्छा देणं, एकमेकांकडे जाणं सुरू होतं. फराळाच्या पदार्थांची आणि मिठाईची देवघेव होते.

आज खरा नरकासुर नसला तरी रोगराई, अस्वच्छता या सारख्या गोष्टी नाहीशा करणं हा नरकचतुर्दशीचा अर्थ आहे. म्हणून तर या दिवशी घराच्या कानाकोपऱ्यात, अडगळीच्या जागी, अगदी स्वच्छतागृहांमधेही दिवे लावून प्रत्येक ठिकाण उजळून टाकतात. अंधार दूर सारून प्रकाश पसरवणं हा नरकचतुर्दशीचा उद्देश आहे. दिवाळीचा आनंद लुटताना आपण तो लक्षात घ्यायला हवा.

◆

लक्ष्मीपूजन

नरक चतुर्दशीच्या दुसऱ्या दिवशी म्हणजे अश्विन महिन्यातल्या अमावास्येला 'लक्ष्मीपूजन' असतं. एरवी अमावास्या अशुभ मानली जात असली तरी ही अमावास्या मात्र अत्यंत शुभ असते, असं भारतीय परंपरा सांगते.

या दिवशी सुद्धा पहाटे लवकर उठून अभ्यंगस्नान करतात. लक्ष्मीपूजन मात्र दिवेलागणीच्या वेळी करतात. त्या आधी घरात आवराआवर करतात. पूजेची जागा आणि अंगण किंवा दाराबाहेरची जागा साफ करतात. दारात लक्ष्मीच्या स्वागतासाठी सुरेख रांगोळ्या काढतात दाराला झेंडूच्या माळा लावतात. पूजेच्या जागी पाट किंवा चौरंग मांडून त्यावर कुबेर आणि लक्ष्मीची स्थापना करतात. कुबेर हा स्वर्गीय संपत्तीचा रक्षक असल्याची समजूत आहे. त्याला स्वतःला संपत्तीचा मोह नाही, असं पुराणात सांगितलं आहे. आपल्याजवळ संपत्ती असली तरी तिचा लोभ असू नये, आणि संपत्तीमुळे गर्व होऊ नये, म्हणून निर्मोही कुबेराची पूजा करायची, असं परंपरा सांगते.

पुराणातल्या एका कथेनुसार लक्ष्मी या दिवशी रात्री पृथ्वीवर संचार करते. आपल्या निवासासाठी योग्य ठिकाण ती शोधत असते. जिथे स्वच्छता, प्रसन्नता असते, तिथे ती आकर्षित होते, असं म्हणतात. शिवाय घरातली माणसं कष्टाळू, प्रामाणिक आणि गुणी असतील तर लक्ष्मीचा तिकडे ओढा असतो, असंही ही कथा सांगते. या दिवशी दिव्यांचा मोठा लखलखाट असतो. सर्वत्र रोशणाई

असते. नक्षत्रांनी भरलेल्या आकाशाशी जणू पृथ्वी स्पर्धा करते आहे, असं वाटू लागतं. घरातली लहान-थोर सगळी मंडळी नवे कपडे आणि दागदागिने घालून लक्ष्मीपूजन करतात. तिचा वरदहस्त कायम मिळो, अशी प्रार्थना करतात. पूजेनंतर आतषबाजी केली जाते. स्त्रिया एकमेकींकडे हळदीकुंकवाला जातात. साळीच्या लाह्या आणि बत्तासे प्रसाद म्हणून देतात.

हा दिवस व्यापाऱ्यांसाठी महत्त्वाचा असतो. ते जमाखर्चाच्या वह्यांची पूजा करतात. जुने हिशेब पूर्ण करून नवी खाती उघडतात. त्यांच्या व्यापारी वर्षाचा हा शेवटचा दिवस असतो. पूजेनंतर हे लोक जोरदार फटके वाजवून आनंद साजरा करतात. समृद्धीची देवता असणाऱ्या लक्ष्मीची पूजा हा दिवाळीच्या चार दिवसांतला सर्वांत महत्त्वाचा दिवस.

◆

बलिप्रतिपदा-पाडवा

कार्तिक शुद्ध प्रतिपदा म्हणजे 'पाडवा' किंवा 'बलिप्रतिपदा.' हा अत्यंत शुभ दिवस समजला जातो. दिवाळीच्या दिवसांत ज्या दिवशी स्वाती नक्षत्र असेल, तो दिवस अत्यंत शुभ समजला जातो. पाडव्याच्या दिवशी बऱ्याच वेळा हे नक्षत्र असतं. साडे तीन मुहूर्तांपैकी पाडवा हा एक आहे. गुढीपाडवा, दसरा आणि दिवाळीतला पाडवा हे तीन शुभ मुहूर्त, तर अक्षय तृतीया हा अर्धा मुहूर्त मानला जातो. म्हणून बलिप्रतिपदेच्या दिवशी चांगल्या कामाची सुरुवात करतात. व्यापारी वर्गाच्या आर्थिक वर्षाचा हा पहिला दिवस. त्यामुळे त्यांच्या दृष्टीनंही हा दिवस विशेष महत्त्वाचा असतो. या दिवशी दिवे लावले तर घरात आलेली लक्ष्मी स्थिरस्थावर होते, असं म्हणतात.

हा दिवस बळीच्या पूजनाचा असतो. बळीला पाताळात ढकलताना कार्तिक शुद्ध प्रतिपदेला लोक तुझं स्मरण करून आनंदोत्सव साजरा करतील, असं वचन वामनानं त्याला दिलं होतं. म्हणून या दिवशी बळीचं पूजन करायचं. काही ठिकाणी बळीची पिठाची मूर्ती बनवून तिची पूजा करतात, तर काही ठिकाणी ताटात तांदूळ घेऊन त्यावर बळीची आकृती काढतात.

याच दिवशी विक्रम संवत्सराचा प्रारंभ झाला असं मानतात. राजा विक्रमादित्य याच्या नावानं कालगणना करायला या दिवसापासून सुरुवात झाली. म्हणून या दिवशी एकमेकांना नव्या वर्षाच्या शुभेच्छा देण्याचा प्रघात आहे. ही कालगणना

मुख्यतः उत्तर भारतात आणि व्यापारी वर्गात रूढ आहे. महाराष्ट्रात शालिवाहन शकाची सुरुवात चैत्री पाडव्यापासून होते, पण व्यापारी लोक मात्र नव्या वर्षाचा मुहूर्त या दिवशी सांकेतिक पद्धतीनं का होईना पण दर वर्षी करतात.

याच दिवशी गोवर्धन पूजाही करण्याचा प्रघात आहे. विशेषतः मथुरा आणि वृंदावनात ही पूजा होते. गोकुळातील जनता इंद्राची पूजा करत असे; पण कृष्णाने त्यांना समजावले, 'गोवर्धन पर्वत हा आपला खरा त्राता आहे. आपण त्याची पूजा करायला हवी.' गोकुळवासी गोवर्धनाची पूजा करणार म्हटल्यावर इंद्र चिडला. त्यानं गोकुळावर मुसळधार पाऊस पाडायला सुरुवात केली. दोन दिवस अखंड पाऊस पडत राहिला. लोक घाबरले. ते कृष्णाकडे गेले. मग कृष्णानं गोवर्धन पर्वत उचलून त्याखाली सगळ्या गोकुळवासीयांना आश्रय दिला. या दिवसाची आठवण म्हणून गोवर्धनाची पूजा बलिप्रतिपदेला केली जाते. शेण आणि मातीपासून गोवर्धन पर्वत तयार करतात. त्यावर यशोदा-कृष्ण आणि गोप-गोपिकांच्या बाहुल्या ठेवतात. हळद-कुंकू आणि फुलं वाहून सगळ्यांची पूजा करतात. ग्रामीण भागात या दिवशी गोठ्यातल्या गायी-बैलांनाही सजवतात. त्यांची पूजा करून मिरवणूक काढतात. 'दिन दिन दिवाळी, गायी-म्हशी ओवाळी, गायी-म्हशी कुणाच्या, लक्ष्मणाच्या', अशी गाणी गुराखी या दिवशी म्हणतात आणि गायी-गुरांना ओवाळतात.

या दिवसाचं आणखी एक वैशिष्ट्य म्हणजे या दिवशी द्यूत खेळला जातो. या दिवसाला 'द्यूत प्रतिपदा' असंही म्हटलं जातं. या संबंधी एक कथा पुराणांनी सांगितली आहे. एकदा याच दिवशी शंकर-पार्वती द्यूत खेळत होते आणि पार्वतीनं शंकराला हरवलं होतं. पाडव्याला पहाटे अनेक प्रांतातले लोक द्यूत किंवा जुगार खेळतात. त्यात ज्याचा जय होईल त्याला नवं वर्ष समृद्धीचं जातं अशी समजूत आहे. अर्थात अशा प्रथा पाळणं योग्य आहे की नाही याचा विचार करायला हवा.

पाडव्याच्या दिवशी जेवायला गोडधोड केलं जातं. संध्याकाळी घरातले सगळे जण नवे कपडेसाड्या आणि अलंकार परिधान करतात. स्त्रिया पतीला ओवाळतात, त्याच्याकडून ओवाळणी घेतात. मुली वडिलांना ओवाळतात. या दिवशी अनेक जण नव्या वस्तू खरेदी करतात. फटाके उडवतात, आतषबाजीही केली जाते.

◆

भाऊबीज

कार्तिक शुद्ध द्वितीया म्हणजेच 'भाऊबीज.' हा दिवाळीचा अखेरचा दिवस. याला 'यमद्वितीया' असंही म्हणतात. बहीणभावाच्या प्रेमाची, जिव्हाळ्याची साक्ष पटवणारा हा दिवस आहे. पुराणात या संबंधी एक कथा आहे. या दिवशी मृत्युदेव यम आपल्या बहिणीकडे म्हणजे यमीकडे गेला होता. तिनं त्याला जेवू-खाऊ घातलं. त्याला ओवाळलं. यमानंही बहिणीला वस्त्रालंकार दिले. तेव्हापासून या दिवशी भावाला ओवाळायची प्रथा सुरू झाली, असं म्हणतात.

भारतभरात सगळीकडे भाऊबीज उत्साहानं साजरी होते. या दिवशी भाऊ बहिणीच्या घरी जातो. बहीण त्याला तेल लावून स्नान घालते. गोडाचं जेवण करते. त्याला ओवाळते. मग भाऊ तिला ओवाळणी घालतो. ज्या स्त्रीला भाऊ नसेल ती चंद्राला ओवाळते.

भावाबहिणीच्या नात्यातली उत्कटता स्पष्ट करणारा हा दिवस आहे. पूर्वी मुली सासरी गेल्यावर त्यांना सारखं माहेरी यायला मिळायचं नाही. म्हणून वर्षातून एक दिवस भाऊ बहिणीच्या घरी जाऊन तिचं क्षेमकुशल विचारू शकायचा. भाऊ भेटणार म्हणून बहीणही आनंदून जायची. तिला माहेरची ख्यालीखुशाली कळायची. आज परिस्थिती बदलली असली तरी भावाबहिणीतलं नातं बदलेलं नाही. म्हणूनच हा दिवस वर्षानुवर्षं साजरा होत राहील.

◆

रमज़ान ईद

मुस्लिम धर्मीयांच्या विविध उत्सवांपैकी 'रमज़ान ईद' हा सर्वाधिक लोकप्रिय उत्सव आहे. जगभरातल्या मुस्लीम बांधवांच्या दृष्टीने या उत्सवाचे धार्मिक महत्त्व मोठे आहे. 'ईद-उल-फित्र' म्हणूनही हा सण ओळखला जातो. ईद या शब्दाचा अरबी भाषेतला अर्थ आनंद किंवा हर्ष असा आहे. किंवा ईद म्हणजे आनंदाचा दिवस, असेही म्हटले जाते.

मुस्लिम धार्मिक दिनदर्शिका चांद्रमासांवर आधारलेली आहे. या दिनदर्शिकेत ३५४ दिवस असतात. इंग्रजी दिनदर्शिकेपेक्षा अकरा दिवस इथे कमी असतात. त्यामुळे ईद उन्हाळ्यात किंवा थंडीतही येऊ शकते. मुस्लिम दिनदर्शिकेतला नववा महिना हा रमजान म्हणून ओळखला जातो. मुस्लिम धर्मातला हा सर्वात पवित्र महिना आहे. कारण याच महिन्यात मोहम्मद पैगंबरांना इस्लाम धर्माचे ज्ञान झाले, असे मानले जाते. इस्लाम या शब्दाचा अर्थ ईश्वरी आदेशापुढे मान तुकवणे असा आहे. त्याचबरोबर शांतीची इच्छा करणे, असाही या शब्दाचा आणखी एक अर्थ आहे.

अरबस्तानात मक्का या गावी इसवीसन ५७० मध्ये मोहम्मद पैगंबरांचा जन्म झाला. त्या काळी अरबस्तानातील जनतेची स्थिती वाईट होती. त्यांना शिक्षणाचा किंवा संस्कृतीचा गंध नव्हता. हे पाहून मोहम्मद फार व्यथित झाले होते. एक दिवस हिरा पर्वतावर ध्यानावस्थेत बसलेल्या मोहम्मदांपुढे गॅब्रिएल नावाचा देवदूत

प्रकट झाला. तू प्रेषित आहेस, लोकांमध्ये इस्लाम धर्माचा प्रसार करणे हे तुझे काम आहे, असे त्याने पैगंबरांना सांगितले. त्यानेच पैगंबरांना कुराणातल्या उपदेशाचा साक्षात्कार घडवला अशी कथा आहे. त्याप्रमाणे पैगंबर लोकांना इस्लामची शिकवण देऊ लागला. पण अरबी लोक त्यांची टिंगलटवाळी करत. शेवटी पैगंबर मदिनेला निघून गेला. त्या वेळेपासून मुस्लिमांच्या कालगणनेला सुरुवात झाली. या कालगणनेला हिजरी सन म्हणतात. इसवीसन ६३२ मध्ये मोहम्मद पैगंबर अल्लाला प्यारे झाले.

रमज़ान हा संपूर्ण महिनाच उत्सवाप्रमाणे साजरा केला जातो. कुराणातला उपदेश प्रत्यक्षात आणणे आणि त्याद्वारा भौतिक गोष्टींपासून स्वतःला मुक्त करून मनुष्य आणि अल्ला यांच्यामध्ये दुवा निर्माण करण्यासाठी पाया निर्माण करणे हे रमज़ानचे उद्दिष्ट मानले जाते. अनेकजण या महिन्यात कुराणाचे वाचन करतात. हा महिनाभर मुस्लीम बांधव सूर्योदयापासून सूर्यास्तापर्यंत उपास करतात. हे उपास इतके कडक असतात, की लोक पाणीसुद्धा पीत नाहीत. सकाळ आणि संध्याकाळ अशी दोन्ही वेळी मशिदीतल्या प्रार्थनांना संपूर्ण महिनाभर गर्दी असते. वर्षभरातली भांडणे, वादविवाद किंवा वैमनस्य मिटवून सौहार्द आणि सलोख्याचे संबंध निर्माण करण्याचा हा महिना असतो. स्वतःच्या मनावर नियंत्रण आणि शरीर आणि मनाचे शुद्धीकरण हा महिनाभराच्या उपासामागचा हेतू आहे. शिवाय माणसाला जीवनातल्या दुःख-वेदनांची आठवण राहावी, ही दृष्टीही यामागे आहे. संध्याकाळी सूर्यास्तानंतर पाणी पिऊन आणि खजूर किंवा एखादे फळ खाऊन उपास सोडला जातो. मगच इतर पदार्थांचा आस्वाद घेण्याची प्रथा आहे. उपास सोडण्याचे हे जेवण 'इफ्तारी' म्हणून ओळखले जाते. सगळा महिना याच पद्धतीने पार पडतो.

भिक्षा किंवा दान देणे या गोष्टीला इस्लाम धर्मात विशेष महत्त्व आहे. कुराणाच्या शिकवणुकीनुसार प्रत्येक मुस्लिम धर्मीयाने दरवर्षी काही विशिष्ट रक्कम धर्मादाय गोष्टींवर खर्च केली पाहिजे. या रकमेला 'जकात' असे म्हटले जाते. गोरगरिबांना दान देण्याचे हे पुण्यकर्म सर्वसाधारणपणे रमज़ान महिन्यात केले जाते. मशिदीत एका रस्त्याने जाऊन दुसऱ्या रस्त्याने घरी परतण्याची प्रथा या काळात अनेकजण पाळतात. यामुळे रस्त्याच्या कडेला बसणाऱ्या अधिकाधिक गोरगरिबांना भिक्षा देता येते.

जर एकोणतीस दिवसांनी चंद्र दिसला तर आणखी एक दिवस उपास करून तीस दिवस पूर्ण केले जातात. तिसाव्या दिवशीचे चंद्रदर्शन हा मुस्लीम बांधवांसाठी अत्यंत आनंदाचा क्षण असतो. महिनाभराच्या उपासानंतर दुसरा दिवस म्हणजे ईद.

या दिवशी महिनाभराच्या उपासाचे पारणे होते. हा आनंद आणि उल्हासाचा दिवस असतो. नवी वस्त्रे परिधान करून मशिदीतल्या प्रार्थनेला उपस्थित राहणे हे या दिवसाचे पहिले काम. प्रार्थना संपताच एकमेकांना आलिंगन देऊन शुभेच्छांची देवाणघेवाण होते. भेटवस्तू दिल्या-घेतल्या जातात. ईदच्या दिवशीचे जेवणही खास असते. दुधात शिजविलेला शिरकुर्मा हे या दिवशीचे विशेष पक्वान्न. या खेरीज इतरही पदार्थांची रेलचेल असते.

या दिवशी इतरही धर्माच्या स्नेह्यांना सहभागी करून उत्सवाचा आनंद द्विगुणित केला जातो. भारतातल्या सगळ्याच धर्माच्या सण-उत्सवांची ही परंपरा आहे. विविध धर्म किंवा पंथाचे लोक एकमेकांच्या चालीरीतींचा आदर करतात. म्हणूनच जगात भारताचे सांस्कृतिकदृष्ट्या वेगळे स्थान आहे.

◆

त्रिपुरी पौर्णिमा

कार्तिक महिन्यातली पौर्णिमा म्हणजे 'त्रिपुरी पौर्णिमा'. या दिवशी शिवशंकरानं त्रिपुरा सुराचा वध केला, म्हणून हिला त्रिपुरी पौर्णिमा म्हणतात. शरद ऋतूमध्ये आकाश निरभ्र असतं. चांदण्यानं भरलेल्या आभाळाचं सौंदर्य पाहावं ते याच दिवसांत. पौर्णिमेच्या रात्री तर नक्षत्रांनी जडलेल्या आकाशाची मौज काही निराळीच असते. अशा रात्रीचा उत्सव माणसाला साजरा करावासा वाटला नसता तरच नवल.

पुराणात या दिवसाशी संबंधित दोन कथा आहेत. फार प्राचीन काळी त्रिपुरासुर नावाचा राक्षस होता. त्याला अमर व्हायचं होतं. देवांपेक्षाही श्रेष्ठ होण्याची त्याची महत्त्वाकांक्षा होती. त्यानं तप करून ब्रह्मदेवाला प्रसन्न करून घेतलं. ब्रह्मदेवानं त्याला वर दिला खरा, पण तो अमरत्वाचा नव्हे. माझं अभय तुला मिळेल, असं ब्रह्मदेव त्याला म्हणाला. हा वर मिळाल्यापासून त्रिपुरासुर फार उन्मत्त झाला. त्यानं आपल्या तीन नगरींच्या भोवती भक्कम तटबंदी घातली. विष्णुंनाही त्याचा नाश करता आला नाही. शेवटी शंकराला सगळ्या देवांनी विनंती केली. शिवानं तीन दिवस युद्ध करून त्रिपुरासुराचा वध केला. तो दिवस कार्तिकी पौर्णिमेचा होता.

दुसऱ्या कथेनुसार मयासुर नावाचा राक्षस होता. त्यानं तपश्चर्या करून ब्रह्मदेवाला प्रसन्न करून घेतलं आणि तीन नगरं वसवली. या तीन नगरांमधल्या राक्षसांनी जोपर्यंत देवांना त्रास दिला नाही, तोवर त्यांची भरभराट झाली. पुढे

तारकासुर हा या तीन पुरांचा म्हणजे तीन नगरांचा राजा झाला. त्याला तीन मुलं होती- ताराक्ष, कमलाक्ष आणि विद्युन्मती. तारकासुरानंतर त्रिपुरांची सत्ता या तीन मुलांकडे आली. सत्ता हातात येताच त्यांना उन्माद चढला. ही मुलं सगळ्यांवर अत्याचार करू लागली. तेव्हा शंकरानं त्यांच्याशी युद्ध करून त्यांना जाळून टाकलं. तो दिवस कार्तिकी पौर्णिमेचा होता. या राक्षसांच्या तावडीतून सगळी सृष्टी मुक्त झाली. देवांनीही सुटकेचा निःश्वास सोडला आणि सर्वत्र दिवे लावून मोठा आनंद साजरा केला. म्हणून या दिवसाला मोठी दिवाळी किंवा देवदिवाळीही म्हणतात.

शंकरानं राक्षसांच्या त्रासातून देवांना आणि सगळ्या जगालाच वाचवलं म्हणून या दिवशी शंकराची पूजा करतात. शिव मंदिरात भाविकांची गर्दी असते. मंदिरात दिव्यांची रोशणाई केली जाते. स्त्रिया तुपात भिजवलेल्या साडेसातशे वाती शंकरासमोर लावतात. उपासही करतात. या दिवशी दीपदान करण्याचा प्रघात आहे. संध्याकाळी नदीच्या प्रवाहात पेटवलेल्या पणत्या सोडतात. हे दृश्य पाहत राहावं असं असतं. चांदण्यांनी भरलेलं आकाश आणि नदीच्या प्रवाहातून वाहत जाणारे दिवे पाहताना आकाश कोणतं आणि धरणी कोणती हेच कळेनासं होतं.

दक्षिणेकडच्या प्रांतात या दिवशी कृत्तिका नावाचा उत्सव असतो. या दिवशी शंकराची महापूजा करतात. शिवाच्या देवळांवर रोषणाई केली जाते. देवळासमोरच्या उंच खांबावर कापूर पेटवतात. काही ठिकाणी टेकडीवर दीपोत्सव साजरा करतात. काही भागात शंकराचा ज्येष्ठ पुत्र स्कंद किंवा कार्तिकेय याचा जन्मदिवस म्हणून हा दिवस साजरा करतात. शंकरानं ताराकासुराशी केलेल्या युद्धात देवांचा सेनापती स्कंद यानं मोठी कामगिरी बजावली होती, असं काही कथा सांगतात. महाराष्ट्रात एरवी कार्तिकेयाचं दर्शन घ्यायला स्त्रियांना परवानगी नाही.' पण त्रिपुरी पौर्णिमेचा एकच दिवस त्या कार्तिकेयाचं दर्शन घेऊ शकतात. म्हणून या दिवशी कार्तिकेयाच्या मंदिरात दर्शनासाठी स्त्रियांच्या रांगा लागतात. पुण्यात पर्वतीवर कार्तिकेयाचं प्रसिद्ध देऊळ आहे.

त्रिपुरी पौर्णिमेचा उत्सव हा खरा नक्षत्रजडित रात्रींचा उत्सव आहे. निसर्गाचं प्रत्येक रूप, त्याचा प्रत्येक विभ्रम जवळून पाहणाऱ्या आणि त्याच्याशी एकरूप झालेल्या प्राचीन भारतीय परंपरेची सौंदर्यपूजक दृष्टीही या उत्सवातून प्रतीत होते.

◆

कार्तिकी एकादशी

कार्तिक शुक्ल एकादशी म्हणजे शेषशायी विष्णुंची चार महिन्याची निद्रा संपून त्यांना जाग येण्याचा दिवस. आषाढी एकादशीला पंढरपुरात वारकरी विठ्ठलाचं दर्शन घेतात आणि भक्तिरसानं ओथंबून घरी परततात. कार्तिकी एकादशीला परत एकदा त्यांचे पाय पंढरपुराकडे वळतात. या दिवशी पुन्हा पंढरपुरात चंद्रभागेच्या वाळवंटात मोठी यात्रा भरते. चार महिन्यानंतर जागा झालेला विठ्ठल भक्तांच्या कोडकौतुकात न्हाऊन निघतो. त्याला दह्या-दुधाचं स्नान घालतात. काकडआरती आणि महापूजा होते. विठ्ठलाला महानैवेद्यही अर्पण केला जातो. 'जय हरी विठ्ठल, जय जय विठ्ठल' या नामघोषानं केवळ पंढरपूर नव्हे तर सगळीच विठ्ठल मंदिरं दुमदुमून जातात.

आळंदीतही या दिवशी मोठी यात्रा भरते. विठ्ठलभक्तीचा सुलभ मार्ग दाखवून सामान्य माणसाच्या जगण्याचा ताप कमी करणाऱ्या ज्ञानेश्वर माउलीच्या दर्शनासाठी वारकऱ्यांची रीघ लागते. चंद्रभागेप्रमाणे इंद्रायणीचा काठही भक्तिरसात न्हाऊन निघतो. कार्तिकी एकादशीच्या दिवशी चातुर्मासाचे उपास संपतात. या चार महिन्यात भाविक अनेक प्रकारची उपासना निग्रहानं करतात. या उपासनेची सांगताही याच दिवशी होते. वारकरी संप्रदाय आणि वैष्णव लोक यांच्यासाठी हा विशेष महत्त्वाचा दिवस आहे.

◆

गुरु नानक जयंती

गुरु नानक जयंती हा शीख धर्मातला अतिशय मोठा उत्सव. शीख धर्माची स्थापना करणाऱ्या नानकांचा म्हणजेच पहिल्या गुरूंचा हा जन्म दिवस. हा दिवस 'गुरपूरब' किंवा गुरु नानकांचा प्रकाश उत्सव म्हणूनही ओळखला जातो. 'शिष्य' या संस्कृत शब्दावरून शीख हा शब्द तयार झाला आहे.

गुरु नानक यांचा जन्म १४६९मध्ये झाला. सध्या पाकिस्तानात असलेल्या शेखुपुरा जिल्ह्यातले राय-भोई-दी तळवंडी हे त्यांचे जन्म ठिकाण. आता ते नानकांना साहेब म्हणून ओळखले जाते. कालीमान दास आणि माता त्रिस्ता यांच्या घराचे प्रतीक असलेला इथला गुरुद्वारा हे जगभरातल्या शीख धर्मीयांसाठी अत्यंत पवित्र स्थान आहे. 'गुरुद्वारा जन्मस्थान' या नावाने ही जागा ओळखली जाते. दर वर्षी त्रिपुरी पौर्णिमेच्या दिवशी या ठिकाणी गुरु नानकांना प्रार्थना अर्पण करण्यासाठी मोठी गर्दी होते. कारण या दिवशीच गुरु नानकांचा जन्म झाला. इंग्रजी दिनदर्शिकेनुसार नोव्हेंबर महिन्यात हा उत्सव येतो. तारीख मात्र प्रत्येक वर्षी बदलते.

लहानपणापासूनच नानकांची आवडनिवड इतर मुलांपेक्षा वेगळी होती. सातव्या वर्षीच त्यांनी एक भक्तिरचना शब्दबद्ध केली होती. प्रखर बुद्धिमत्ता असल्याने आपल्या मुलाने एखादा व्यवसाय करावा, असे त्यांच्या वडिलांना वाटत होते. एकदा धंदा सुरू करण्याच्या दृष्टीने कच्चा माल आणण्यासाठी वडिलांनी दिलेले पैसे भुकेल्यांना अन्न देण्यासाठी त्यांनी खर्च केले होते. साधू-संतांच्या सहवासात

ते नेहमीच रमत. चिंताग्रस्त झालेल्या आई-वडिलांनी त्यांचे लग्न करून दिले. सांसारिक जीवनामुळे मुलामध्ये काही बदल घडेल, अशी त्यांना आशा होती. पण तसे घडले नाही. दररोज संध्याकाळी ते आपल्या मुस्लीम मित्रासोबत भक्तिगीते आळवत बसायचे. अखेर त्यांनी फाकीरत्व पत्करले.

नानकांनी देशभर आणि देशाबाहेरही पुष्कळ भ्रमण केले. श्रीलंका, तिबेट मक्का या ठिकाणीही ते जाऊन आले. जिथे जिथे ते गेले तिथे तिथे त्यांनी निरर्थक कर्मकांडांविरुद्ध आवाज उठवला. बाह्योपचारांपेक्षा ईश्वराची मनापासून भक्ती करा, असे त्यांनी आग्रहपूर्वक सांगितले. गुरु नानक हिंदू-क्षत्रिय होते. परमेश्वर एकच आहे, आणि सगळी माणसे ही एकाच ईश्वराची लेकरे आहेत, असे त्यांचे स्पष्ट मत होते. धर्माच्या नावाखाली माणसांनी एकमेकात दुरावा निर्माण करणे त्यांना आवडत नसे. गुरु नानकांच्या मनावर संत कबीर आणि संत नामदेव या दोघांच्या शिकवणुकीचा प्रभाव होता. हिंदू-मुस्लीम या दोघांचे ऐक्य व्हावे म्हणून ते स्वतः हिंदू पद्धतीची केशरी बंडी घालत आणि मुसलमानी थाटाची टोपी वापरत. त्यांच्या या सहिष्णू वृत्तीमुळे अनेक हिंदू आणि मुस्लीम लोक त्यांचे शिष्य झाले होते. आजही शीख लोक मुसलमानांसारखी दाढी आणि हिंदूंप्रमाणे जटा ठेवतात. थोडक्यात शीख धर्मात हिंदू आणि इस्लाम या दोन्ही धर्मांचा मिलाफ आढळतो.

शीख धर्मातल्या दहा गुरूंचा वाढदिवस गुरपूरब म्हणून साधारण सारख्याच पद्धतीने साजरा होतो. फक्त प्रार्थना वेगवेगळ्या असतात. गुरु नानक जयंतीच्या आधी दोन दिवस गुरुद्वारामध्ये 'ग्रंथ साहेब' या शिखांच्या पवित्र ग्रंथाचा अखंड पाठ केला जातो. गुरु नानक आणि त्यांच्या नंतरच्या नऊ गुरूंची शिकवण या ग्रंथात समाविष्ट आहे. हे वाचन अखंड अठ्ठेचाळीस तासांचे असते.

जयंतीच्या आदल्या दिवशी सकाळी मिरवणूक निघते. नागकीर्तन या नावाने ती ओळखली जाते. अमृतसर(पंजाब), पटणा(बिहार), आनंदपूर(पंजाब), तरणतारण(पंजाब) आणि नांदेड(महाराष्ट्र) ही भारतातली शिखांची पाच प्रमुख धार्मिक स्थळे आहेत. या ठिकाणच्या गुरुद्वारामधून ग्रंथ साहिबची ही मिरवणूक निघते. हा ग्रंथ पालखीमध्ये ठेवलेला असतो. पाच कट्टर शीख धर्मीय मिरवणुकीचे नेतृत्व करतात. त्यांना 'पंच प्याराज' असे म्हणतात. त्यांच्या हातात एक ध्वज असतो. निशाण साहेब या नावाने तो ओळखला जातो. ध्वजधारकांच्या मागे गायकांचा गट असतो. गुरु नानकांचा संदेश देणाऱ्या प्रार्थना हे गायक म्हणतात. बाकी भक्तगण त्यांना साथ देतो. संपूर्ण गावात ही मिरवणूक फिरते.

जयंतीच्या दिवशी उत्सवाची सुरुवात पहाटे ४च्या सुमारासच होते. याला

अमृतवेळा म्हणतात. सकाळच्या प्रार्थना झाल्यावर गुरु नानकांची महती सांगणारे कथा-कीर्तन होते. त्यानंतर लंगर असते. ही मोफत अन्नसेवा सर्व धर्मांच्या-पंथाच्या लोकांसाठी आणि गरीब- श्रीमंत अशा सर्वांसाठी खुली असते. मुळात माणसांमधले सगळे भेदाभेद दूर व्हावेत, यासाठी गुरु नानकांनीच लंगरची प्रथा सुरू केली होती. सूर्यास्तापासून पुन्हा सायंकालीन प्रार्थनांना सुरुवात होते. त्यानंतर कीर्तनही असते. पौर्णिमेच्या रात्री एक वाजून वीस मिनिटांनी नानकांचा जन्म झाला. त्या वेळी 'गुरबानी'(गुरुवाणी) गायली जाते. पहाटे दोनपर्यंत उत्सव चालू असतो.

शीख धर्म हा हिंदू धर्माचाच एक पंथ मानला गेला आहे. खरे तर तो हिंदू आणि मुसलमानांना जोडणारा दुवाच आहे. गुरु नानकांच्या जयंतीसारख्या उत्सवांच्या निमित्ताने हे दुवे अधिकाधिक घट्ट करत नेण्याची जबाबदारी सर्व भारतीयांची आहे.

◆

तुळशीचं लग्न

तुळस ही उपयुक्त अशी औषधी वनस्पती तर आहेच, पण भारतीय संस्कृतीत महत्त्वाचं स्थान मिळवणारी दुसरी वनस्पती नसेल. पूर्वी प्रत्येक घराचा तुळस किंवा तुळशी वृंदावन हा अविभाज्य भाग होता. आता शहरीकरणामुळे आणि जागेच्या मर्यादेमुळे वृंदावन नसलं तरी तुळशीचं रोप लावलेली कुंडी तरी बहुसंख्य घरांमध्ये असतेच. तुळस अधिक प्रमाणात प्राणवायू देते. शिवाय सर्दी, खोकला, ताप अशा आजारांवरही ती गुणकारी आहे.

भारतीय परंपरेत तुळशीचं श्रीकृष्णाशी फार जिव्हाळ्याचं नातं आहे. ती कृष्णाची जिवलग सखी आहे. तुळशीचं लग्न साजरं करण्यामागेही एक कथा आहे. जालंदर नावाचा एक पराक्रमी राक्षस होता. त्याची पत्नी वृंदा ही महान पतिव्रता होती. तिचं पातिव्रत्य हीच जालंदराची खरी ताकद होती. तिच्यामुळेच तो अजिंक्य ठरला होता. हे माहीत असल्यामुळे विष्णूनं जालंदराचं रूप घेतलं आणि तो वृंदासोबत राहू लागला. यामुळे वृंदाचं पातिव्रत्य भंग पावलं आणि मग युद्धात जालंदराचा पराभव होऊन तो मृत्युमुखी पडला. वृंदाला हा सगळा प्रकार समजला तेव्हा तिनं विष्णूला शाप दिला आणि अग्निकाष्ठ भक्षण करून ती सती गेली. अर्थात स्वर्गात तिनं विष्णूला त्याच्या चुकीच्या कृत्याचा जाब विचारला आणि विष्णूनं पत्नीपद द्यावं म्हणून तिनं आग्रह केला; पण लक्ष्मीला पत्नी म्हणून स्वीकारलं असल्यामुळे विवाह शक्य नाही, असं विष्णूनं तिला सांगितलं. मात्र

'कृष्णावतारात मी तुझ्याशी लग्न करीन आणि वर्षातून एक दिवस तुझ्याजवळ राहीन, या दिवशी पृथ्वीवरचे लोक आपलं लग्न धामधुमीत साजरं करतील,' असं आश्वासनही विष्णूनं वृंदाला दिलं.

यानुसार कृष्णानं पृथ्वीवर अवतार घेतला तेव्हा वृंदानं रुक्मिणीचा अवतार घेतला, असं परंपरा सांगते. कार्तिक शुद्ध द्वादशीला रुक्मिणीचं कृष्णाशी लग्न झालं. त्या वेळेपासून म्हणजे द्वापारयुगापासून तुळशीचं लग्न साजरं करण्याचा प्रघात पडला, असं म्हणतात. विष्णूच्या कृष्ण रूपात वृंदा त्याची प्रिया झाली. म्हणून तिला विष्णुप्रिया असं नाव आहे.

तुळशीचं लग्न ज्या घरांमध्ये साजरं होतं, तिथे खऱ्या लग्नाइतकाच थाट असतो. कार्तिकातल्या शुद्ध द्वादशीला संध्याकाळी हा विवाह होतो. तुळस लावलेल्या कुंडीला काव लावून त्यावर 'श्री तुलसी प्रसन्न' असं लिहितात. देवातली बाळकृष्णाची मूर्ती कुंडीत ठेवतात. मंगलाष्टकं म्हणून तुळशीला आणि कृष्णाला फुलांचे हार घालतात. कन्यादानाचा विधीही होतो. तुळशीला हिरव्या बांगड्या आणि मंगळसूत्र घालतात. या ऋतूत बोरं, चिंचा, आवळे ही फळं येतात. वऱ्हाडी म्हणून त्यांची या लग्नात हजेरी असते. लग्न लागलं की लाडू, चकल्या, करंज्या अशा फराळाच्या पदार्थांचा नैवेद्य दाखवतात. लग्नाला शेजारीपाजारी, नातेवाईक यांना निमंत्रण असतं. लग्नानंतर फटाके उडवून आनंद साजरा करतात.

तुळशीच्या लग्नापासून विवाहाचे मुहूर्त सुरू होतात. तुळशीचं लग्न घरात साजरं केलं की घरातल्या मुला-मुलीचं लग्न पटकन ठरतं, अशी समजूत आहे. यात तथ्य असो किंवा नसो, तुळशीसारख्या उपयुक्त आणि औषधी वनस्पतीला आपल्या आयुष्यात सामावून घेण्याचं परंपरेनं शोधलेलं हे निमित्त किती हृद्य आहे!

◆

चंपाषष्ठी

मार्गशीर्ष महिन्याच्या शुद्ध पक्षातली षष्ठी म्हणजे 'चंपाषष्ठी'. महाराष्ट्रात हा उत्सव खंडोबाचा आहे. मार्गशीर्ष शुद्ध प्रतिपदेपासून षष्ठीपर्यंत अनेक कुटुंबांमध्ये खंडोबाचं नवरात्र बसतं. यामागेही एक कथा आहे. फार फार पूर्वी मणी आणि मल्ल नावाचे दोन राक्षस होते. त्यांचा उन्माद फार वाढला तेव्हा शंकरानं खंडोबाचं रूप घेतलं. मार्गशीर्ष शुद्ध प्रतिपदा ते षष्ठी हे सहा दिवस खंडोबा या असुरांशी लढला आणि षष्ठीला त्यानं या दोन्ही असुरांचा वध केला. म्हणून या षष्ठीला खंडोबाच्या देवळात उत्सव असतो.

खंडोबा हा योद्धा म्हणजेच क्षत्रिय बाण्याचा देव आहे. हा शंकराचा अवतार असल्यामुळे त्याला बेल आणि भंडारा वाहतात. म्हणूनच पूर्वी मराठेशाहीत कोणतीही महत्त्वाची कामगिरी उचलताना बेल-भंडारा उचलण्याची प्रथा होती. जबाबदारी स्वीकारली हे दर्शवण्यासाठी हे केलं जाई.

खंडोबाला 'मल्लारी' असंही नाव आहे. मल्लाचा शत्रू म्हणजेच अरी म्हणून मल्लारी हे नाव त्याला मिळालं. या शब्दाचा अपभ्रंश होऊन मल्हारी हे नाव रूढ झालं आहे. त्याची पत्नी म्हाळसा. म्हणून त्याला म्हाळसाकांत असंही म्हणतात.

जेजुरी, पाल, मंगसुळी ही खंडोबाची प्रसिद्ध स्थानं आहेत. जेजुरी हे मुख्य स्थान आहे. इथे चैत्र, मार्गशीर्ष, पौष आणि माघ अशी चार वेळा मोठी यात्रा भरते. पण चम्पाषष्ठीचा उत्सव सर्वात महत्त्वाचा असतो. धारवाड जिल्ह्यात देवरगुड्ड या ठिकाणीही खंडोबाचं प्रसिद्ध स्थान आहे. तिथेच खंडोबा आणि मल्ल यांचं युद्ध झालं, असं म्हणतात. या देवळात दहा हात लांबीचं धनुष्यही आहे.

महाराष्ट्रात अनेक कुटुंबांचं खंडोबा हे कुलदैवत आहे. त्यांच्याकडे चंपाषष्ठीचं नवरात्र साजरं करतात. या दिवशी कुळधर्म असतो. पुरणावरणाचा नैवेद्य करतात. खंडोबाच्या नावानं तळी भरतात. सवाष्णीला जेवू घालतात. महाराष्ट्रातल्या या लोकप्रिय दैवताचा उत्सव विविध देवळांमध्ये दरवर्षी उत्साहात साजरा होतो.

◆

दत्त जयंती

मार्गशीर्षातल्या पौर्णिमेला दत्त जयंती साजरी होते. दत्ताच्या ठिकाणी ब्रह्मा-विष्णू-महेश हे तीनही देव एकवटले आहेत, असं भारतीय संस्कृती सांगते. ब्रह्माचा रजोगुण, विष्णूचा सत्त्व गुण आणि शिवाचा तमोगुण यांचा संयोग दत्तामध्ये झाला आहे, अशी भाविकांची श्रद्धा आहे. महाराष्ट्रातल्या दत्त संप्रदायाला मोठी परंपरा आहे. त्यामुळे महाराष्ट्रात दत्ताची अनेक ठिकाणं आहेत. नरसोबाची वाडी, औदुंबर, गाणगापूर, माहूर, अक्कलकोट, करंजे ही प्रमुख दत्तस्थानं आहेत.

नृसिंह सरस्वती हे दत्त संप्रदायाचे मूळ प्रणेते. दत्तोपासनेला संप्रदायाचं स्वरूप त्यांनी दिलं. उपासनेद्वारा आंतरिक बळ वाढवून माणसानं आपली कर्तव्यं पूर्ण करावीत आणि या मार्गानं परमेश्वराच्या जवळ जावं अशी दत्त संप्रदायाची शिकवण आहे. नाथ संप्रदायातही दत्ताची उपासना करतात. दोन्ही संप्रदायांनी दत्ताला आदर्श गुरु मानलं आहे. जनार्दन स्वामी, संत एकनाथ, मुक्तेश्वर, निरंजन रघुनाथ, माणिक प्रभू, अक्कलकोटचे स्वामी समर्थ, वासुदेवानंद सरस्वती यांच्यामुळे दत्तसंप्रदायाची धारा अखंड वाहत राहिली. एकनाथांनी रचलेली, 'त्रिगुणात्मक त्रैमूर्ती दत्त हा जाणा', ही दत्ताची आरती आपल्या परिचयाची आहे.

दत्ताचा जन्म मार्गशीर्ष पौर्णिमेला संध्याकाळी झाला म्हणून या दिवशी दत्त मंदिरात संध्याकाळी जन्माचं कीर्तन असतं. जन्मानंतर आरती होते. त्यानंतर

प्रसाद म्हणून सुंठवडा वाटतात. या वेळी भाविकांची खूप गर्दी असते. अनेक जण या दिवशी उपास करतात. जन्माच्या आधी सात दिवसांपासून अनेक देवळांमध्ये गुरुचरित्राचं पारायण असतं.

दत्ताचं स्वरूप वेगवेगळ्या ठिकाणी वेगवेगळं आहे. कुठे तो एकमुखी आणि चतुर्भुज आहे तर कुठे तो त्रिमुख आणि षड्भुज दिसतो. काही ठिकाणी तो द्विभुज आणि मांडीवर लक्ष्मी अशा स्वरूपात आहे. पण दत्ताच्या मागे गाय आणि बाजूला चार श्वान नेहमी असतात. गाय हे पृथ्वीचं प्रतीक तर श्वान हे चार वेदांचं प्रतीक मानलं जातं.

दत्त हा अत्री ऋषी आणि अनसूया यांचा मुलगा. तो देवाच्या कृपेनं झाला म्हणून दत्त आणि अत्री ऋषींचा मुलगा म्हणून अत्रेय. दत्त आणि अत्रेय या दोन शब्दांचा संधी होऊन दत्तात्रेय हे नाव या मुलाला मिळालं. अनसूया ही फार मोठी पतिव्रता होती. तिच्या पातिव्रत्याच्या कथा ऐकून सरस्वती, लक्ष्मी आणि पार्वती यांना मत्सरानं घेरलं. या तिघींनी आपल्या नवऱ्यांना सांगून अनसूयेचं सत्त्व हरण करायला सांगितलं. त्यानुसार हे तिघं साधुवेशात अनसूयेकडे भिक्षा मागायला गेले. अनसूयेनं त्यांना भोजनाला थांबण्याची विनंती केली; पण सत्त्वहरण करण्यासाठी आलेल्या या देवांनी तिला सांगितलं, 'विवस्त्र होऊन तू आम्हाला भोजन वाढशील तरच आम्ही ते स्वीकारू.' अतिथींना विन्मुख परत पाठवणं अनसूयेला योग्य वाटलं नाही. तिनं क्षणभर विचार केला आणि आपल्या पतीचं मनोमन स्मरण करून तीनही अतिथींवर तीर्थ शिंपडलं. त्या क्षणी तीन देवांचं रूपांतर तीन बालकांमध्ये झालं. मग तिनं त्यांना प्रेमानं भरवलं. ब्रह्मा-विष्णू-महेश अनसूयेच्या पातिव्रत्यानं भारावून गेले. त्यांच्या बायकांनीही येऊन अनसूयेची क्षमा मागितली. त्या बालकांच्या ठायी तीनही देवांनी आपला अंश ठेवला आणि त्यातून दत्तात्रेयाचा जन्म झाला, असं कथा सांगते.

दत्तानं लहानपणीच वेदविद्या आत्मसात केली आणि इतरांनाही शिकवली. मनानं विरक्त असलेल्या दत्तांनी आपल्या आईलाही ब्रह्मज्ञानाचा उपदेश केला. सर्वात महत्त्वाचं म्हणजे निसर्ग हाच आपला सर्वात मोठा गुरू आहे, हे दत्तांनी स्पष्ट केलं. उघड्या डोळ्यांनी जगाकडे पाहिलं तर निसर्गाची महती लक्षात येईल, अशी त्यांची शिकवण आहे. आज एकविसाव्या शतकात त्यांची ही शिकवण आचरणात आणण्याची नितांत आवश्यकता आहे.

◆

नाताळ

दर वर्षी २५ डिसेंबरला साजरा होणारा 'ख्रिसमस' हा येशू ख्रिस्ताच्या जन्माचा उत्सव आहे. मुळातला ख्रिश्चन धर्मीयांचा हा उत्सव आता जगभरात सगळीकडेच फार उत्साहाने साजरा होतो. हा उत्सव नाताळचा सण म्हणूनही ओळखला जातो. आज जगात सगळीकडे ख्रिस्ती कालगणना रूढ झाली आहे. येशूच्या मृत्यूपासून या कालगणनेला सुरुवात झाली. त्यापूर्वीच्या काळाला ख्रिस्तपूर्व असे म्हटले जाते.

येशू ख्रिस्त हा ख्रिस्ती धर्माचा प्रणेता. इसवीसनापूर्वी चौथ्या वर्षी बेथलहेम या गावी त्याचा जन्म झाला. २४ डिसेंबरच्या मध्यरात्रीची ती वेळ होती. मेरी ही येशूची आई. गावाबाहेरच्या एका लहानशा गोठ्यात येशू जन्मला, तेव्हा मानवतेचा उद्धारक जन्माला आला आहे, अशी आकाशवाणी झाली. नंतर या बाळाचे नाव जिझस असे ठेवण्यात आले. लोकांना सत्याच्या मार्गावर नेण्यासाठी येशू ख्रिस्ताचा जन्म झाला असे ख्रिश्चन धर्म मानतो. धर्मस्थापना करण्यासाठी आपला अवतार झाला आहे, असा साक्षात्कार येशूलाही झाला होता. त्याने प्रस्थापित धर्मातील अन्यायी चालीरीतींना विरोध केला आणि मानवता हेच अंतिम सत्य असल्याचे लोकांच्या मनावर बिंबवले. अहिंसा, बंधुभाव आणि क्षमाशीलता या गुणांचा धडा त्याने स्वतःच्या आचारातून सर्वांपुढे ठेवला. येशू स्वतः अविवाहित होता, पण

सांसारिक माणसांच्या दुःखावर त्याने कायम फुंकर घातली. धार्मिक व्यक्तीने समाजापासून दूर राहण्यापेक्षा समाजाची सेवा करावी अशी त्याची शिकवण होती.

येशूच्या आयुष्यातले अनेक प्रसंग संस्मरणीय आहेत. एकदा लोकांचा जमाव एका बाईवर दगडफेक करत असताना त्याने पाहिले. चौकशी केल्यावर त्याला कळले, की त्या बाईला पापी ठरवून तिचा जाहीर धिक्कार चालू आहे. यावर हस्तक्षेप करत दगड मारणाऱ्यांना येशू म्हणाला, तुमच्यापैकी ज्यांच्या हातून वाणीने, मनाने किंवा शरीराने कधीच पाप घडले नसेल त्यानेच या बाईला दगड मारावा. अर्थातच सगळ्यांच्या हातातले दगड गळून पडले.

मानवतेची उपासना करणाऱ्या येशूला मात्र विलक्षण छळाचा सामना करावा लागला. येशू ख्रिस्ताचे अनेक शिष्य होते; पण त्यांच्यापैकी बारा शिष्य अगदी निवडक, त्याच्या जवळचे होते. त्यांना येशूने शांती, क्षमा, दया, सेवा, मानवता, बंधुभाव यांचे धडे दिले होते. दुर्दैवाने या बारा शिष्यांपैकी एक जण फितूर झाला. त्याने येशूला रोमन अधिकाऱ्यांच्या स्वाधीन केले. त्यांनी येशूला क्रूसावर चढवून आणि हातापायांना खिळे ठोकून ठार मारले. त्याच्या डोक्यावर मुद्दाम काट्यांचा मुकुट घातला होता. अशा मरणयातना भोगत असतानाही येशूने कोणाला शिव्याशाप दिले नाहीत. उलट त्याने परमेश्वराची प्रार्थना केली, 'हे ईश्वरा, यांना माफ कर. आपण काय करत आहोत, हे यांना कळत नाही.' येशू आयुष्यभर असा मूर्तिमंत दयेचा-क्षमेचा-शांततेचा पुतळा होता.

सांताक्लॉज हा ख्रिसमसच्या सणाचा अविभाज्य घटक आहे. सांताक्लॉज ही परीकथेतली व्यक्तिरेखा नव्हे. जुन्या तुर्कस्थानातल्या मायरा या गावात निकोलस नावाचा ख्रिस्त धर्मावर विश्वास असणारा माणूस होता. आधीच्या राजसत्तेने त्याला पाखंडी ठरवले होते. तुर्कस्थानात ख्रिश्चन धर्माला राजमान्यता मिळाल्यावर निकोलस बिशप झाला. तो दररोज रात्री वेषांतर करून अडचणीत असलेल्यांना मदत करायचा. एकदा त्याने दोन छोट्या मुलांचे प्राण वाचवले. तेव्हापासून तो मुलांचा खास दोस्त बनला. निकोलस मेल्यावर चर्चने त्याला संतपद बहाल केले. या सेंट निकोलसला पुढे अनेक देशांनी स्वीकारले आणि त्याच्या कथेतही प्रत्येक ठिकाणी थोडेफार बदल होत गेले. सेंट निकोलस या नावाचा अपभ्रंश होऊन सांताक्लॉज हे नाव रूढ झाले. आजही ख्रिसमसच्या काळात सांताक्लॉज ठिकठिकाणच्या मुलांना तऱ्हेतऱ्हेच्या भेटी घेऊन येतो.

'ख्रिसमस ट्री' या संकल्पनेमागेही अशीच एक कथा आहे. देवतेला प्रसन्न करून घेण्यासाठी असल्फ नावाच्या राजपुत्राचा बळी दिला जाणार होता. हे होऊ नये म्हणून विन्फ्रेड नावाच्या इंग्लिश ख्रिश्चन माणसाने ज्या झाडाला राजपुत्राला बांधून ठेवले होते, तो ओक वृक्ष कापला. पण आश्चर्य म्हणजे त्या वृक्षाच्या जागी त्या क्षणी फरचे लहानसे झाड उगवले. हा जीवनवृक्ष आहे (ट्री ऑफ लाईफ)

आणि हे बाळख्रिस्ताचे प्रतीक आहे, असे विन्फ्रेडने अचंबित झालेल्या लोकांना सांगितले. म्हणून नाताळच्या सणामध्ये ख्रिसमस ट्री रुजला. नंतर बऱ्याच वर्षांनी जर्मन धर्मोपदेशक मार्टिन ल्यूथर याने 'ख्रिसमस ट्री'वर प्रथम मेणबत्त्या लावल्या, असे म्हटले जाते.

ख्रिसमसच्या दिवशी चर्चेस आणि घरे दिव्यांनी उजळून निघतात. गाणी, नृत्य मेजवान्या, भेटीगाठी आणि भेटवस्तूंनी केवळ ख्रिसमसचा एक दिवसच नाही तर नाताळचा सगळा सण गजबजतो. जागतिकीकरणामुळे ख्रिसमसचा हा उत्सव आता केवळ ख्रिश्चन समूहापुरता मर्यादित राहिलेला नाही. तो सगळ्या जगाचा झाला आहे. उत्सवांच्या वेळी दिसणारी ही सहिष्णुता सगळीकडे आणि कायम प्रकट होत राहिली तर ख्रिस्तासारख्या सगळ्याच महात्म्यांचे समर्पण सार्थकी लागेल.

◆

बकरी ईद

'बकरी ईद' ही मुस्लिम धर्मातली सर्वात महत्त्वाची ईद. तिला 'ईद उल् अज़्हा' असंही म्हणतात. हा सण एका देवभक्त माणसाच्या स्मरणार्थ साजरा केला जातो. इस्लाम धर्माची स्थापना होण्याच्याही पूर्वीपासून हा सण साजरा होतो आहे. मध्यपूर्वेतील देशात तो प्रथम साजरा झाला. नंतर त्याचा इस्लाम धर्मात समावेश झाला. मुस्लिम बांधवांसाठी हा अतिशय मोठा सण आहे.

या सणाशी निगडीत एक कथा सांगितली जाते. हजरत इब्राहिम यांना दोन मुलं होती. त्यातला इस्माईल हा धाकटा मुलगा. तो इब्राहिम यांचा अत्यंत लाडका होता. या बाप-लेकांचं प्रेम सैतानाला सहन झालं नाही. त्यानं अल्लाचे कान फुंकले. सैतान म्हणाला, 'इब्राहिम आता तुला विसरला. तुझ्यापेक्षा तो आपल्या धाकट्या मुलावर जास्त प्रेम करतो.' त्यावर अल्ला म्हणाला, 'अरे, तो माझा निस्सीम भक्त आहे. पण तू म्हणतोयस तर त्याची आपण परीक्षा घेऊ.' मग खुदानं इब्राहिमला स्वप्नात येऊन आपल्या मुलाचं बलिदान करण्याचा आदेश दिला. दुसऱ्या दिवशी इब्राहिमनं आपल्या परिवाराला खुदाचा आदेश सांगितला. त्या सगळ्यांचीच अल्लावर अपार भक्ती होती. इस्माईल आनंदानं कुर्बानीला तयार झाला. मग इब्राहिम त्याला घेऊन मक्केला आला. बरोबर त्याची पत्नी आणि दुसरा मुलगाही होता. शांतपणे इस्माईलनं आपली मान वाकवली आणि इब्राहिमनं सुरा उचलला. तेवढ्यात अल्लानं त्याला थांबवलं आणि मुलाऐवजी बकऱ्याचा बळी द्यायला सांगितलं.

इब्राहिम आणि इस्माईल यांच्या त्यागाचं स्मरण करण्यासाठी बकरी ईद साजरी केली जाते. या इस्माईलच्या वंशातच पुढे पैगंबरांचा जन्म झाला.

हा दिवस अतिशय आनंदाचा असतो. या दिवशी मुस्लिम बांधव सकाळी लवकर उठतात, अंघोळ करून, नवे कपडे घालून प्रार्थनेसाठी ईदगाहमध्ये जातात. तिथे इमाम सगळ्यांना मार्गदर्शन करतात. नमाजाचं पठण होतं. मग इमाम प्रवचन करतात. त्यानंतर सगळे मुस्लीम बांधव एकमेकांना शुभेच्छा देतात. या दिवशी बकऱ्याचा बळी दिला जातो. त्याचे तीन वाटे करतात. मित्रमंडळी, नातेवाईक आणि गोरगरिबांना हे वाटे दिले जातात.

हा सण तीन दिवस चालतो. नातेवाईक एकमेकांकडे जातात, एकत्र जेवतात, परस्परांना भेटवस्तू देतात. या काळात मुलांना शाळेला सुट्टी असते. त्याग आणि बलिदान या गुणांचं महत्त्व स्पष्ट करणारा हा सण आहे. त्यामुळे आधुनिक काळातही तो उत्साहानं साजरा होतो आहे.

◆

वर्षा गजेंद्रगडकर
varshapune19@gmail.com

परिचय

बालसाहित्य, अनुवाद, ललित आणि वैचारिक अशा विविध क्षेत्रांत गेली बावीस वर्षे विपुल लेखन केले आहे. निसर्ग-पर्यावरण हा त्यांच्या अभ्यासाचा विषय आहे. त्यातही भारतीय परंपरेच्या निसर्गधारणांवर त्यांनी विशेष लक्ष केंद्रित केले आहे. आपले सण-उत्सव असोत, अनेक प्रथा-परंपरा असोत किंवा सतत बदलणारा आपला भवताल असो, माणूस आणि निसर्ग यांना जोडणारा सौहार्दाचा धागा या सगळ्यातून अधोरेखित करण्याचा प्रयत्न त्यांनी आपल्या लेखनातून केला आहे. त्यांच्या ललित लेखनालाही वैचारिकतेची जोड आहे, हे त्यांच्या लेखनशैलीचे वैशिष्ट्य.

परग्रहावर विजय या त्यांच्या पुस्तकाला सेलू येथील सार्वजनिक वाचनालयाचा बालसाहित्यासाठीचा पुरस्कार मिळाला आहे. *भारतीय पर्यावरण : काही प्रश्न, काही उत्तरे* या पुस्तकाला २०१४ चा महाराष्ट्र साहित्य परिषदेचा वैचारिक साहित्यासाठीचा गणेश सरस्वती ठाकूरदेसाई पुरस्कार मिळाला आहे आणि *खजिना लोककथांचा* या पुस्तकाला २०१४ चा राज्य वाङ्मय पुरस्कार मिळाला आहे.